ስለ መሪነት

ርእይ ያለው መሪ

የካቲት 2017

መጋቢ አበራ ተሰማ
የአማኑኤል የኢትዮጵያ ወንጌላዊት ቤተክርስቲያን፣
ቨርጂንያ

1 | አበራ ተሰማ

ማውጫ

የአንባብያን አስተያየት------------------------------6

መግቢያ---------------------------------------14

ክፍል 1. ስለመሪነት ርእይ--------------------------18

ክፍል 2. መሪነት---------------------------------68

ክፍል 3. የባለ ርእይ መሪ ሕይወት ------------------------ 118

ክፍል 4. የባለርእይ መሪ አስፈላጊነትና ጥቅም-----------------146

ክፍል 5. ማጠቃለያ------------------------------170

ዋቢ መጻሕፍት---------------------------------184

አበርክቶት

ይህን ስለ መሪነት የተባለው መጽሐፍ በብሉይና በአዲስ ኪዳን ቤተሰብን፣ ሕብረተሰብን፣ አገርን ፣የእግዚአብሔርን ቤትና ቤተክርስቲያንን በመምራት ብዙ ዋጋ ለከፈሉና ለተጋደሉ ቅዱሳን መታሰቢያ እንዲሆን አበረክታለሁ።

ምስጋና

ከሁሉ አስቀድሜ ይህንን ሸክም፣በውስጤ ላነሳሳኝና እንድጽፍም፣ ጸጋውን ለሰጠኝ አዳኜና ጌታዬም ለሆነው አምላኬ ክብርና ምስጋና ከዘላለም እስከ ዘላለም ለእርሱ ይሁንለት።

በመቀጠልም ለውድ ልጄና አብረውኝ ዋጋ በመክፈል እያገለገሉት ያሉትን አገልጋዮችና የአማኑኤል የኢትዮጵያ ወንጌላዊት ቤተክርስቲያን ቅዱሳኖች ሁሉ አብረው እንደ አሮንና እንደ ሆር ከጌታና ከእኔም ጋር ለቆሙትና ለተባበሩኝ፣ሁሉ ከልብ የሆነ ምስጋናዬን አቀርባለሁ።

ደግሞም በሥነጽሑፍ፣ በማረምና በማስተካከል ለረዱኝ ወገኖች፣ ለወንድም አማረ ታቦር፣ለእህት ኤልሳ ኃይሉ፣ለወንድም ዘሪሁን፣ሌሎችም ስማቸው እንዲጠቀስ ላልፈለጉ ይህ ስለመሪነት የተባለው መጽሐፍ ለብዙዎች እንዲደርስ ወርቃማ ጊዜያችሁን ስለ ለገሳችሁ እግዚአብሔር አምላኬ እንደቸርነቱ አብዝቶ ይባርካችሁ እላለሁ።እንዲሁም ደግሞ በምክርና በጸሎት በገንዘብ አብራችሁኝ ከጎኔ ለቆማችሁ ሁሉ ከልብ የሆነ ምሥጋና እያቀረብሁ ፣እግዚአብሔር አምላክ እንደባለጠግነቱ አብዝቶ ይባርካችሁ፣ቸርነቱንም ያሳያችሁ ለማለት እወዳለሁ፡

የአንባቢያን አስተያየት

ፓስተር አበራን ያገኘሁት ከዛሬ ሰላሳ አመት በፊት በጸሎት ስፍራ ነበር። ከዚያን ጊዜ አንስቶ በውስጡ ያለው ለጸሎት መነሳሳትና ትጋት ፣ እንዲሁም ከእግዚአብሄር ቃል ጋር ያለው የጠበቀ ህብረት እራሱ እንደመሰከረው በህይወቱ ብርቱ ሆኖ አይቼዋለሁ። ጌታ ወደ አገልግሎት ከጠራው ጊዜ አንስቶ እስከ ዛሬ ድረስ ለጸሎትና ለቃሉ እጅግ ትጉ ነው። ይህም ስለሆነ ይመስለኛል ለጠራው ጌታ በታማኝነት ቆሞ እንዲያገለግል ጌታ ብርታት ሆኖለት የምናየው።

"እኛ ግን ለጸሎትና ቃሉን ለማገልገል እንተጋለን።" (ሐሥ 6፡4) ስለመሪነት በጻፈው መጽሃፍ ፣ መሪነት ጥቅም እና ስልጣን መፈለጊያ ሳይሆን አገልጋይነት እንደሆነ ገልጾልናል። ይህም በጣም አስፈላጊና የእግዚአብሄር ቃል የሚደግፈው እውነት ነው። ከምስክርነቱ እንዳነበብኩት ይህንን እውነት እግዚአብሄር በልቡ ለብዙ አመታት ያስቀመጠው እንደነበር ይገልጣል። አሁን የእግዚአብሄር ጊዜ ሆኖ ለዚህ ለመሪነት አገልግሎት ጠቃሚ የሆነን መፅሃፍ ማዘጋጀቱ ፣ ለብዙዎች የሚረባ የመሪነትን ጥሪ ለተቀበሉ ሁሉ የጠራቸውን የእግዚአብሄርን ፈቃድና መሻት እያስተዋሉ እንዲያገለግሉ የሚረዳ አስፈላጊ መጽሃፍ ነው። ለክርስቲያን መሪዎች

የክርስቶስ ኢየሱስን መሪነት አስፈላጊና በቂ እንደሆነ እያስገነዘበ ፣ ከኢየሱስ ህይወት በመማርና በእርሱ በመመራት እንዲያገለግሉ ያበረታታል። የኢየሱስ መሪነት ፣ ጌትነትን ፣ አለቅነትንና ስልጣንን የሚያሳይ ሳይሆን የአገልጋይነት (የባርነትን) መልክ የሚያሳይና የሚያመለክት ፤ ከዚህ ዓለም ስርዓት በተቃራኒ ጎን የቆመ እውነታ
መሆኑን ያስረዳል። መጽሃፉን የጀመረው የስላሴን መሪነት በማመልከት መሆኑ እግዚአብሄር የእውነተኛው መሪነት ምንጭና መገኛ እንደሆነ ያመለክታል። እንዲሁም እውነተኛ መሪዎች የእግዚአብሄርን ምሪት በመከተል የሚያገለግሉ መሪዎች መሆኑን ያሳየናል። እውነተኛ መሪዎች መሪ የሆነውን እግዚአብሄርን የሚሰሙና የሚከተሉ ናቸው። መልካም መሪዎች ይሚከተሏቸውን ወደ ብቃት እንዲደርሱና ታማኝ መሪዎች እንዲሆኑ በድፍረት የሚያዘጋጁ እንደሆኑ ያሳየናል።

የእግዚአብሔር አመራር የነበረ ፣ ያለ ፣ የሚኖር ዘላለማዊ በየትኛውም ጊዜና ዘመን ሳይለወጥ ሳይሻሻል የሚሰራ እውነት ስለሆነ፣ መሪዎች ሊከተሉት የሚገባው የእግዚአብሄርን አመራር መሆኑን አጥብቆ ያስገነዝበናል። እግዚአብሄር ሰውን በመልኩና በአምሳሉ ከፈጠረው በኃላለሰው ሃላፊነትንና ምሪትን በመስጠት እንዳዘዘው ያስገነዝበናል። (ዘፍጥረት 1 26-28 ፣ 2 1-17) መሪነት በምኞት የሚገኝ ሳይሆን

7 | አበራ ተሰማ

በእግዚአብሄር ጥሪና ፀጋ ላይ የተመሰረተ ስጦታ ነው። እግዚአብሄር ሰውን ሲጠራ ለጠራው ስራ ብቃትን የሚሰጥ እርሱ ራሱ ነው። ይህ በሰው ጥረት ሳይሆን በእግዚአብሄር ፀጋ የሚከናወን እውነት ነው። ፀሃፊው ስለ መልካም መሪ ባህሪያት የጠቀሳቸው አስር ነጥቦች ጠቃሚ ናቸው። መሪ ለተሰጠው አደራ ታማኝ ሆኖ መገኘት እጅግ አስፈላጊ ነው። እንዲህ ተብሎ እንደተፃፈ -“እንዲሁ ሰው እኛን እንደ ክርስቶስ ሎሌዎችና እንደ እግዚአብሄር ሚስጥር መጋቢዎች ይቁጠረን”። እንደዚህ ሲሆን በመጋቢዎች ዘንድ የታመነ ሆኖ መገኘት ይፈለጋል። (1 ቆሮንቶስ 41-2) (ሉቃስ 17፡10) :ላይ : እንደተጠቀሰው ትክክለኛ መሪ ነው። የጌታችን ኢየሱስ ክርስቶስ ትምህርት መሪ እንዴት የህዝቡና የእግዚአብሄር ባሪያ (አገልጋይ) እንደሚሆን ነበር። ይህ የመሪ ስር ነቀል ለውጥ ያስከተለ ትምህርት ነው። መሪ ከኢየሱስ የተማረ ሲሆን የሚያደርገው ይህንን ነው። (ዮሐ13፡3-17)መሪ በፍቅር ፣ በቃል ፣ በኑሮ ፣ በእምነት ፣ በንፅህና ፣ በፅድቅ ፣ ምሳሌ በመሆን መምራት እንደሚገባው ይገልጻል። ይህም በእውነቱ ክርስትና ንግግር (ቃል) ብቻ ሳይሆን ኑሮ መሆኑን ገላጭ ስለሆነ መሪ ፡ የሚሰብከውን እየኖረ በህይወቱ የሚገልፅ ሰው መሆኑን ያስረዳል (1 ጢሞ.411-16)።

መሪ የፀሎት ህይወት ያለው ሰው መሆን እንዳለበት ከኢየሱስ ህይወት አንስቶ ሰፋ ያለ ትምህርቶችን ፀሃፊው አቅርቦልናል። ስለሆነም ስለ ፀሎት

አስፈላጊነትና ጥቅም ከዚህ ፤ ብዙ ትምህርትን አንባቢዎች እንደሚያገኙበት አምናለሁ።

በማጠቃለያውም ባለራዕይ መሪዎች ምን እንደሚቀበሉና ራዕያቸውን የሚመዝኑበትንና የሚፈተኑበትን መንገድ የሚያሳይ መልካም ትምህርትን ይሰጠናል። እጅግ ጠቃሚና አስፈላጊ ነጥቦች መሆናቸውን አይቻለሁኝ። እግዚአብሄር ይህን መፅሃፍ ለሚያነቡ ሁሉ ማስተዋልንና ጥበብን ያብዛላቸው እያልኩ ይህን መፅሃፍ የፃፈውንም ፓስተር አበራን ስላበረከተው መልካም ትምህርት እግዚአብሄር አብዝቶ እንዲባርከው ፀሎቴና ምኞቴ ነው። “ስለ በጎ ፈቃዱ መፈለግንም ማድረግንም በእናንተ የሚሰራ እግዚአብሄር ነውና።” (ፊሊጵስዩስ 2፡13) ከሁሉም በላይ ይህን ለማድረግ አቅምና ፣ ጉልበት ፣ ፀጋና ፣ ሃይልን ሁሉ የሰጠው እግዚአብሄር የተባረከና የተመሰገነ ይሁን። አሜን!

ቄስ ዶ/ር ምትኩ ዘለቀ

በሃያ አንደኛው ክፍለ ዘመን መጨረሻ ለምንኖር ፣የዚህ ዘመን ትውልዶች ያቀረቡልን በዛ ያሉ የአመራር መጻሕፍት እንዳሉ እሙን ነው። በዚህ ጉዳይ በአማርኛና በእንግሊዝኛ የተጻፉ መጻሕፍት ቁጥር እጅግ ብዙ ነው። በተለያዩ ኮሌጆችና ዩኒቨርሲቲዎች ለመማሪያ የዋሉ ብዙ ናቸው። ይህ በፓስተር አበራ ተሰማ የተጻፈው መጽሐፍ ትልቅ ትኩረት ያደረገው ፣ አገልጋይነትን በመጽሐፍ ቅዱስ እይታ፣ የአገልጋይ መሪነት (Servant Leadership) ምንነት እንዲሁም የአገልጋይ መሪ ራእይ ላይ ነው። መጽሐፉን ገዝተው እንዲያነቡ እያበረታታሁ፣የመጽሐፍ ቅዱስ መምህራንና ጸሐፊዎችም በማኑዋልነት ሊጠቀሙበት እንድሚችሉ እምነቴን እገልጻለሁ።

ፓስተር ሽፈራው ፈይሳ

መጽሐፉና ከወደድበት ምክንያት አንዱ ለአንባቢና በተለይም ተተኪ መሪዎች በሚገባ ሊረዱትና ሊጠቀሙበት በሚችል አቀራረብ መዘጋጀቱ ነው። በዚህ መጽሐፍ “መሪነት”፣ የመሪ ምንጭና ምሳሌ የሆነው እግዚአብሔር መሆኑን በተለያይ ምሳሌ ከቀረበ በኋላ ፣መሪነት የሚጀምረው ከጎጆ ተነስቶ ለትውልድ የሚሰፋ እንደሆነ ተብራርቷል።

በዓለማችንም ይሁን በመንፈሳዊ ተቋማት የአብዛኛው ነገር አለመከናወንና ውድቀት መነሻው የአመራር ስንኩልነት ነው። መፍትሔውም ስፍራውንና መሪነትን የሚመጥን ብቃትና ምሳሌነት መሆኑም ተብራርቷል። በአቀራረቡ ቅለትና ግልጽነት እንዲሁም በታጨቀበት እውቀት ወድጄዋለሁ።በተለይ በተለይ ራሳቸንን የተሻሉ መሪዎች አድርገን ማዘጋጀት ለምንፈልግ፣ ሰዎች እጅግ ጥሩ መማሪያ ይሆንልናል። ይኼን የማይፈልግ ደግሞ ከየት ይገኛል? ለመለስተኛ ቡድኖች ጥናትና ውይይት ጠቃሚ መዝገብ ነው።ፓስተር አበራ አሁንም ቸር ጌታ ዕድሜና ጸጋ ይጨምርልህ! በርታና ጻፍ!!!

ፓስተር ወርቁ ለገሰ

መቅድም

ስለመሪነት የሚለውን መጽሐፍ ለመጻፍ ውስጤን ያነሳሳው የእግዚአብሔር አመራር በመጽሐፍ ቅዱሳችን የተገለጸውን ሳይ ሁልጊዜ የእግዚአብሔር መሪነቱ ያስገርመኛል፣ያስደንቀኛል፤ምክንያቱም ሀገርና ሕዝብ በመሪ መጥፋት፣ የሃይማኖት ተቋሞች ሳይቀር ትልቅ ጥፋትና ግራ መጋባት እንኳንስ ባላደጉት ሀገሮችና ሕዝብ ቀርቶ ባደጉት ሀገሮችና ሕዝብ መልካም መሪዎች አለመገኘት ብዙ የተወሳሰበ የሀገርና የሕዝብ ችግሮች ይታያሉ።

በተለይም በአፍሪካ ሀገራችን ጭምር ያለው በመሪዎች ምክንያት የሚጎዳው ሀገርና ሕዝብ የሃይማኖት ተቋም በዚህች ትንሽ ጽሑፍ ለመግለጽ ይቅርና ትላልቅ ገጾች ያሉት መጽሐፍም አይበቃም፤ እግዚአብሔር አምላክ በቃ ካላላቸው በስተቀር።

እኔ ይህን ስለመሪነት ለመጻፍ ያሰብኩት ባለፉት ዘመናት በተሰጠኝ ጊዜ በተለያዩ ከመለስተኛ ትምህርት ቤት ዘመን ጀምሮ እስከ አሁን ድረስ እኔም ብዙ ሳይገባኝ ነበርና እግዚአብሔር አምላኬ ለእርሱ ክብርና ምሥጋና ይሁንለት።ባለፉት ዘመናት ትምህርት ቤት መሪነት በፖለቲካውም

በኢሕአፓ የክፍለ ሀገር አመራር እንዲሁም በአሜሪካ በሆቴል ማኔጅመንት ወደ ጌታ ከመጣሁም በኋላ በቤተክርስቲያን ውስጥ በዲቁና በሽምግልና በፓስተርነት አገልግያለሁ።በፓስተርነት አሁንም እያገለገልኩ እገኛለሁ፡ እግዚአብሔር ይህን ሳላውቅም ካወቅሁትም በኋላ ወደ ኋላ ዞር ብዬ ስመለከት በዚህ ሁሉ እኔን እየረዳ፣ጌታ እግዚአብሔር የሰው ፊት አይቶ የማያዳላ አምላክ እንደሚረዳ ለመግለጽና ደግሞም በዚህ ስለ መሪነት በተባለው መጽሐፍ ያጣቀስኳቸው እውነተኛ የመሪነት አደራ የተወጡትን ለእኔም የጠቀመኝን ሌሎችንም እንዲጠቅም ከማሰብ ጭምር እንደሆነ ለመግለጽ እወዳለሁ።መጽሐፉን ሳዘጋጀው በዐውደ ጥናት መልክ የቀረበ ሲሆን በጥናት በማስጠናት ቢጠቀሙበት ይበልጥ የበለጠ አስተዋጽኦ ይኖረዋል በማለት ነው።መጽሐፏን በማንበብ በእያንዳንዱ አንባብያን ልብ ከቤተሰብ እስከ ሕዝብና አገር መምራት ያሉትን መንፈስ ቅዱስ እንዲመራቸው ከልብ እጸልያለሁ፡

መግቢያ

እግዚአብሔር አምላክ በልጁ በኢየሱስ ክርስቶስ በመስቀል ላይ ባፈሰሰው ደሙ እኔን ኃጢአተኛውን አንጽቶ በጸጋው ከጠራኝ ጊዜ ጀምሮ በውስጤ ቃሉንና እርሱን መራብና መጠማትን በቅዱስ መንፈሱ በውስጤ አፈሰሰው።ለዚህም የጸጋው ቸርነትና ምህረቱን ስላበዛልኝ የእግዚአብሔር ስም ከዘላለም እስከዘላለም የተባረከ ይሁን።

እግዚአብሔር አምላክ ድነት ከሰጠኝ በኋላ የእግዚአብሔርን ቃል በማንበብና በማጥናት፣ ጥናትን በመምራትና በማካፈል የጸሎት አገልግሎት በመስጠት በሚገኘው አጋጣሚ ሁሉ፣ስለጌታችን ኢየሱስ ክርስቶስ በመመስከር በየዕለት ሕይወቴ በጸጋው መንፈስ ቅዱስ ያበረታኝና ድፍረት ይሰጠኝ ነበር።

ይህ በሕይወቴ እየጨመረ ሲመጣ ሦስት ቀን እየሠራሁ፣አራቱን ቀናት ከጌታ ኢየሱስ ጋር በማሳለፍና ማገልገል በሚል የኑሮዬ መመሪያ አድርጌው መጣሁ።እኔም ከጌታ ጋር ማሳለፍ እየጣመኝ መጣ፤እኔም ካለኝ መንፈሳዊ ጥማት የተነሳ፣ጌታን ወንጌላዊ አድርገህ ላከኝ እያልኩ እጸልይ ነበር።አንድ ማለዳ ጊዜ ከሰላሳ ስምንት አመት በፊት ጌታ “እረኛ አደርግሃለሁ በጎቼን

14 | አበራ ተሰማ

ታሰማራለህ" ብሎ የተናገረኝን አስታውሳለሁ።እኔም ይህንን የጌታን ድምጽ ለአመታት እኔ ፓስተር መሆን የማልፈልገው አገልግሎት ስለነበረ ለማስተናገድ አልፈልግሁም።ከስድስት አመት በኋላ ለጌታ ድምጽ "እሺ አንተ ያልከው ፈቃድህ ይሁን" በማለት ተስማማሁ።እኔም ከመጣሁበት ቤት ከፖለቲካ አመራር ወደ ቤተ ክርስቲያንም ከመጣሁ በኋላ በዲቁናም ሆነ በሽምግልና ሳገለግል፣የአፍሪካ መሪዎች ችግር በፖለቲካው ብቻ ሳይሆን በቤተክርስቲያንም ያለ ችግር እንደሆነ እያስተዋልሁ መጣሁ።እንዲያውም አንድ ቀን በፓስተሮችና በሽማግሌዎች ስብሰባ ላይ እያለን፣እንዲህ በማለት ተናገርሁ፣"የቤተክርስቲያን ፖለቲካም አለ እንዴ" በማለት ስናገር ሽማግሌዎቹን እንዳስቆጣቸው አወቅሁኝ።እኔም እናንተን ለማስቆጣት ሳይሆን እንደመጣሁበት ፖለቲካ አመራርና አካሄድ እየሆነ ስላየሁ ነው፤ ይቅርታ በማለት ሃሳቤን አቆምኩኝ።

እንግዲህ ከእዚያ ጊዜ ጀምሮ ስለመሪነት መጽሐፍ እንዳለብኝ ማሰብና መጸለይ ቀጠልኩ።እኔም ወደ መሪነት ከመጣሁ በኋላ ስመለከት ይህ ችግር የመሪነትን ባህርይ አለማወቅና አለመረዳት እንደሆነ እየተረዳሁ መጣሁ፡ በመቀጠልም ያለፉትን ሰላሳ አመት በመጸለይ መዘጋጀትም ጀመርሁ፡አሁን እግዚአብሔር ይመስገንና ጥቂት ወንድሞች ይህ ችግር የገባቸውና

የተረዱትም መጽሐፎችን ጽፈው አየሁ።እግዚአብሔር ይባርካቸው፣ጌታም ከዚህ በላይ ጸጋውን ያብዛላቸው።ያስጀመራቸው ጌታም ያስፈጽማቸው፡ እኔም እየተዘጋጀሁበት የነበረውን መጽሐፍ ለመጻፍ ጌታ ረድቶኛል።

እንግዲህ ይህንን በመረዳት መሪነት ማለት የሥልጣን ማሳያና የግል ጥቅም ማግኛ ሳይሆን እንደ እግዚአብሔር ሃሳብ ሰዎችን የምናገለግልበት የጽድቅ መሳሪያ አድርገን ልንጠቀምበት ይገባል፤መሪነት አገልጋይነት(ሎሌነት) መሆኑ ሳይገባን በሥልጣን ፍቅር ሰክረን እስከሞት ድረስ የምንጋደልበት አለመሆኑን መረዳትና መገንዘብ ያስፈልጋል።በአጠቃላይ ከልምዳችን፣ ከባህላችን፣እንዲሁም ከአፍሪካ ፖለቲካዊና አስተዳደራዊ ግምት እንዳለ ከመገልበጥ ይልቅ መጽሐፍ ቅዱሳዊ አካሄድ የሄዱ መሪዎችን መከተልና መውሰድ ይጠቅማል።ለዚህም እንደ ትልቅ ምሳሌ የምንጠቅሰው እስከአሁን ድረስ ተወዳዳሪነት ያልተገኘለት የጌታችን የኢየሱስ ክርስቶስ የመሪነትን ምሳሌ የሚያሳይ አልተገኘም።ስለዚህ ጌታችን ራሱም የእርሱን ምሳሌ እንድንከተል በቃሉ ነግሮናል።

ይህ እውቀት የእግዚአብሔርን ሥራ ለማከናወን ከመጥቀሙም ባሻገር መሪዎችን ከብዙ ድካምና ከንቱ መንገላታት ይጠብቀናል።በመጨረሻም

ልጁንና መንፈሱን ቃሉን የሰጠን የሠራው ባለቤት እግዚአብሔር ይህንን የመሪነት መጽሐፍ ለመንግሥቱና ለቤቱ ለመሪዎችም ጥቅም እንዲያደርገው ጸሎቴ ነው።ሁላችንም ለዚህ የከበረ ጥሪ እንድንሠራና ደቀመዝሙር እንድናፈራ መልዕክቴን እያስተላለፍሁ፣መልካም ንባብ ለሁላችንም ይሁን እላለሁ።

የጌታና የእናንተ አገልጋይ ወንድማችሁ

አበራ ተሰማ (መጋቢ)

ክፍል 1

ስለ መሪነት ርእይ

ስለመሪና መሪዎች ከመመልከታችን በፊት የእግዚአብሔርን አምላካዊ መሪነቱን መለከታዊ ምሪቱንም እንደ መግቢያ እንመለከታለን።

"ለዓለምና ለዘላለም ይህ አምላካችን ነው፥ እርሱም ለዘላለም ይመራናል" (መዝሙር 48፥14) ። ይህ መለኮታዊ አመራሩንና መሪነቱን እንድናምንና እንድናውቀው ያስፈልጋል። እንዲሁም የእግዚአብሔር ቃል "አስተምርሃለሁ በምትሄድበትም መንገድ እመራሃለሁ፤ ዓይኖቼን በአንተ ላይ አጠናለሁ" (መዝሙር 32፥8) ፤ ነቢዩም "ታዳጊህ፥ የእስራኤል ቅዱስ፥ እግዚአብሔር እንዲህ ይላል ። እኔ የሚረባህን ነገር የማስተምርህ በምትሄድባትም መንገድ የምመራህ አምላክህ እግዚአብሔር ነኝ" (ኢሳይያስ 48፥17) ይላል።

የእግዚአብሔር አብን መሪነት የእግዚአብሔር ወልድን መሪነት የመንፈስ ቅዱስን መሪነት እንመልከት፡

(ሀ) የእግዚአብሔር አብ መሪነት

1. ለዓለምና ለዘላለም ይህ አምላካችን ነው፥ እርሱም ለዘላለም ይመራናል (መዝሙር 48፥14)።

2. አቤቱ፥ አንተ ለትውልድ ሁሉ መጠጊያ ሆንህልን። ተራሮች ሳይወለዱ፥ ምድርም ዓለምም ሳይሠሩ፥ ከዘላለም እስከ ዘላለም ድረስ አንተ ነህ (መዝሙር 90፥1-2)።
3. ቀን በደመና መራቸው፥ ሌሊቱንም ሁሉ በእሳት ብርሃን (መዝሙር 78፥14 ፤ ዘጸ. 40፥38)።

(ለ) የእግዚአብሔር ወልድ መሪነት

1. በጎቼ ድምፄን ይሰማሉ እኔም አውቃቸዋለሁ ይከተሉኝማል፤ (ዮሐንስ 10፥27)።
2. እንዲሁም የሰው ልጅ ሊያገለግል ነፍሱንም ለብዙዎች ቤዛ ሊሰጥ እንጂ እንዲያገለግሉት አልመጣም (ማቴዎስ 20፥28)።
3. እኔ ለእናንተ እንዳደረግሁ እናንተ ደግሞ ታደርጉ ዘንድ ምሳሌ ሰጥቻችኋለሁና (ዮሐንስ 13፥15)።

(ሐ) የእግዚአብሔር መንፈስ ቅዱስ መሪነት

1. ግን እርሱ የእውነት መንፈስ በመጣ ጊዜ ወደ እውነት ሁሉ ይመራችኋል፤ የሚሰማውን ሁሉ ይናገራል እንጂ ከራሱ አይነግርምና፤ የሚመጣውንም ይነግራችኋል (ዮሐንስ 16፥13) ።

2. ወደ ሸለቆ እንደሚወርዱ ከብቶች፥ እንዲሁ የእግዚአብሔር መንፈስ ወደ ዕረፍት አመጣቸው፤ እንዲሁም ለራስ የከበረ ስም ታደርግ ዘንድ ሕዝብን መራህ (ኢሳ. 63፥14) ።
3. መንፈሱም አነሣኝ ወደ ውስጠኛውም አደባባይ አገባኝ፤ እነሆም፥ የእግዚአብሔር ክብር መቅደሱን ሞልቶት ነበር (ሕዝ. 43፥5) ።

የእግዚአብሔርን መለኮታዊ መሪነቱን የሥላሴን መሪነታቸውንም በአጭሩ በእግዚአብሔር ቃል ለማየት ችለናል። ይህም ስለ መሪነት ወይም መሪዎች ለእይታችን በሚገባ ይረዳናል።

አምላካዊ መርህ

መንፈሳዊ መሪዎችም ሆኑ ዓለማዊ የሆኑ መሪዎች ያለባቸው ኃላፊነት ከባድ ከመሆኑ አንጻር መጽሐፍ ቅዱስ መሪ በሚለው ቃል የተጠቀሰው ስድስት ጊዜ ነው፡ሦስቱ <መሪ> በሚለው ሦስት ጊዜ ደግሞ <መሪዎች> በሚል የተጠቀሰ ነው። ኢየሱስም ወደ እርሱ ጠርቶ እንዲህ አላቸው። የአሕዛብ አለቆች ተብሎ የምታስቡት እንዲገዙአቸው ታላላቆቻቸውም በላያቸው እንዲሠለጥኑ ታውቃላችሁ። በእናንተስ እንዲህ አይደለም፤ ነገር ግን ማንም ከእናንተ ታላቅ ሊሆን የሚወድ የእናንተ አገልጋይ ይሁን፥

ከእናንተም ማንም ፊተኛ ሊሆን የሚወድ የሁሉ ባሪያ ይሁን፤ (ማር. 10፥ 42-44) ።

እግዚአብሔር አምላክ ሙሴን መሪ ሳይሆን ያለው <ባሪያዬ ሙሴ> ነው ያለው፡ለእዚህም ነው መሪነት ባሪያነትና አገልጋይነት እንደሆነ ነው ጌታችን ኢየሱስ ክርስቶስም ያሳየው። ሐዋርያቱም እኛ የጌታ የእግዚአብሔር ባሪያዎች ነን እያሉ ያገለግሉና ይመሩ የነበረው፤ ከጌታ የተቀበሉትን ምሳሌነት በመከተል ነበር ያገለገሉትና የመሩት። መሪነት ከባድ ኃላፊነት የሆነበት የበላይ ለመሆን ሳይሆን የባሪያና የአገልጋይነትን ሕይወት ስለሚጠይቅ ነው። ጌታችን ኢየሱስ ክርስቶስ <ባሪያ አገልጋይ> በመሆን ተወዳዳሪ የሌለው መሪነትን አሳይቷል።

የመለኮታዊ ምሪት አስፈላጊነት

የእግዚአብሔር አመራር ስለ እግዚአብሔር መሪነት ከላይ እንደገለፀኩት ስለ አመራር መጀመሪያ ሥርዓትን የሰጠና መምራትን ያሳየ እግዚአብሔር አምላካችን ። ያለ እግዚአብሔር ምሪትና አመራር እውነተኛ ምሪትና ራእይ የለም። በተለይም መንፈሳዊ ሥራ ያለ መንፈስ ቅዱስ ምሪት አለመሥራት መቻል ብቻ ሳይሆን ያለ ራእይ (ዓላማ) መሆንን ያመጣል፤ ራእይ ያጣም መንፈሳዊ መሪ መረን ይወጣል። መረን የወጣም ከእግዚአብሔር ፈቃድና አሳብ ውጭ ይሆናል።

ይህ እንዳይሆን ራእይ ያለው ሎሌ መሪ ምን መምሰል እንዳለበት ማወቅና መረዳት የሚቻለው የእግዚአብሔርን ቃል መሠረት በማድረግ እንመለከታለን።

ሥርዓተ ምሪትን የሰጠ እግዚአብሔር ነው

እግዚአብሔር የፈጠራቸውና ሁኑ ያላቸው ሕያውያንና ግዑዛን የሆኑ ነገሮች ሁሉ አስቀድመው በእግዚአብሔር ፈቃድና ምሪት የተፈጠሩ ብቻ ሳይሆን በምሪቱም ትእዛዝ ዛሬም የሚመሩና የሚኖሩም ናቸው። መዝ. 148፥1-5፣ ኤር. 10፥10-16

ከእግዚአብሔርም ፍጥረት አስገራሚና አስደናቂው የቅዱሳን መላእክት አፈጣጠር ሲሆን እነዚህ ቅዱሳን መላእክትም እርሱ ያላቸውንና ያዘዛቸውን በመናገርና በመታዘዝ ይኖራሉ ይናገራሉ። ዳን. 9፥21-23፣ ሉቃ. 1፥26-38

እነዚህ በእግዚአብሔር የተመረጡት መላእክት በእርሱ ሥርዓትና ምሪት ውስጥ መኖራቸውን ሲናገር፤ የተመረጡት መላእክት ብሎ ይጠራቸዋል። ፩ኛ ጢሞ. 5፥21

ልንቆጥራቸውና ልንገምታቸው የማንችል አእላፋት ጊዜ አእላፋት የሆኑ ናቸው። ምንም እንኳን ከግምትና ከቁጥር በላይ ቢሆኑም፤ በሥርዓቱና

በምሪቱ ውስጥ፣ ኃላፊነትና ተግባራቸውን ያለማቋረጥ ያከናውናሉ። ዕብ. 12፥22-24፣ ራእ. 5፥11

ከመላእክት ጋር በሕብረት አገልግሎትና አምልኮተ ሥርዓት በእግዚአብሔር ዙሪያ በመሆን፤ ሱራፍኤልንና ኪሩቤል ሥርዓተ ምሪቱን ተከትለው ይፈጥማሉ። ዘፍ. 3፥24፣ ኢሳ. 6፥2-3፣ ዕብ. 1፡6

እግዚአብሔር ለሰው የሰጠው ትእዛዝ ምሪት

እግዚአብሔር ሁሉን ከፈጠረ በኋላ፣ ለሰው የሰጠው ኃላፊነትና ምሪት በመስጠት አዘዘው። ዘፍ. 1፥26-28፣ 2፥16-17

በቤተሰብ ውስጥ ሁሉም አይነት አመራር የሚጀምርበት መሠረታዊ መነሻ ነው። ውጤታማ የሆነም ሆነ ያልሆነም አመራር በቀዳሚነት የምናገኘው በቤተሰብ ደረጃ ነው። ለዚህም የቤተ ክርስቲያን መሪዎችን በተመለከተ መመዘኛዎችን ሲያስቀምጥ ለወጣቱ ለጢሞቴዎስ ሲመክረው፤ ቤተሰቡን እንደሚገባ ማስተዳደርና መምራት የሚችል መሆን እንዳለበት አሳስቦታል። ፩ኛ ጢሞ. 3፥4 የራሱን ቤተሰብ በአግባቡ የማይመራ እንዴት የእግዚአብሔርን ቤት ሊመራ ይችላል።

ቤተሰብ ውስጥ ያለው አመራር ጤናማና ውጤታማ የሆነ እንደሆነ ልጆች

እግዚአብሔር አምላክ አንዳንዶችን በተፈጥሮአቸው (ሲፈጠሩ) የመሪነትና የአስተዳደርን ስጦታ ስለሰጣቸው፣ ብዙዎች ሲቀበሏቸውና ሲታዘዟቸው እናያለን። ይህ ጥልቅ ምስጢር ለእግዚአብሔር ነው። (ዘፍ. 1፥28፣ 25፥22-23) ስለ መሪነት ስናስብ፣ ሰዎች ሁሉ መሪነት በተፈጥሮ ሊኖራቸው ወይም ላይኖራቸው ቢችልም፤ መሪነትን በመማር ልናዳብረው የምንችል እንደሆነ ግን፣ ሁሉም ሰው ሊቀበለው የሚገባ እውነት ነው። ቅዱስ ቃሉ ያስተምራቸው ዘንድ መንፈሱን ሰጣቸው የሚለው ለዚህ ነው። እንዲሁም፣ ልጆችሽ ከእግዚአብሔር የተማሩ ይሆናሉ፤ እውሮችን በማያውቁት መንገድ ይመራቸዋል ይላል። (ኢሳ. 42፥16፣ ኢሳ. 54፥13፣ ነህ. 9፥12፡15) እንግዲህ፣ ይህንን ካልን፣ የመሪነት ባሕሪ የሚያድግና የሚቀጥል እንጂ፤ አንድ ጊዜ መሪነትን ተቀብያለሁ ወይም በተፈጥሮዬ የመሪነት ስጦታ አለኝ ተብሎ መዘናጋቱ፣ ሊማርና ሊያዳብር ያለውን መሪነቱን ሊያጣና የሚመራቸውንም ወደ በለጠና ወደ ተሻለ እድገትና ምሪት ላያደርሳቸው ይችላል።

አንዳንዶች በተፈጥሮ መሪነት የተሰጣቸው ቢሆኑም እንኳን፣ ይበልጥ ከሌሎችም የሚማሩት እንዳለ ሊያውቁ ያስፈልጋል። (፪ኛ ጢሞ. 3፥14-17፣ ዮሐ. 13፥12-20) ይህም፣ መማርና ማደግ መሻሻልም እንዳለ መረዳት ያስፈልጋል።

ይህም፣ መሪ አገልጋይ ማለት መሪ ብቻ ሳይሆን ተማሪም ነው። ጌታችን መድኃኒታችን ኢየሱስ ክርስቶስ የእግዚአብሔርን ፍጹም መለኮታዊነት ያሳየና የኖረ፣ የአስተማረውም፤ ለመንፈሳዊ መሪነት የምናገኘውን ጠቀሜታ እንድናውቀው ነው።

ስለዚህ ለመሪነት አንድ አይነት ትርጉም ለመስጠት ወይም ዓለም አቀፋዊ ስምምነት እንዲኖር እስካሁን አልተቻለም ይባላል። አብዛኞቹ የመሪነት ተንታኞች የሚያተኩሩት በመሪው ጠባይ፣ ስብዕና፣ የሥራ ውጤትና ከተከታዮቹ ጋር ባለው ግንኙነት ላይ ነው። የመሪ የግል ጠባይና ስብዕና ጥንካሬ ለመሪነት አስፈላጊ ከሆኑት ሁኔታዎች ቀዳሚ ተደርጎ በብዙዎች ግምት ተሰጥቶታል። በማንኛውም ቡድን ውስጥ መሪዎች ታማኝ፣ ብቁ፣ አቅጣጫ መጠቆም የሚችሉና ለሌሎች አርአያ የመሆን ብቃት ያላቸው እንዲሆኑ ይፈለጋል።

እንዲሁም፣ መሪዎች ሚዛናዊና፣ በሚመሩትም በአብዛኛው ሕዝብ ተቀባይነት ሊኖራቸው ይገባል።መሪዎች በራዕይና በዓላማ፣ እንዲራመዱና እንዲያገለግሉ፣ እንዲሠሩ የሚያስችሉ መሆን ይጠበቅባቸዋል። የሚመሩትን ሕዝብ ወደሚፈለገው ዓላማ የሚያስጉዙ መሆን ይኖርባቸዋል።

መልካም ምኞት

"ማንም ኤጲስ ቆጶስነትን ቢፈልግ መልካምን ሥራ ይመኛል።" (፩ኛ ጢሞ. 3፥1)

"ለራስህ ታላቅን ነገር ትፈልጋለህን? አትፈልገው።" (ኤር. 45፥5)

"በሰማያት ያለውን የአባቴን ፈቃድ የሚያደርግ እንጂ፥ ጌታ ሆይ፥ ጌታ ሆይ፥ የሚለኝ ሁሉ መንግሥተ ሰማያት የሚገባ አይደለም።" (ማቴ. 7፥21)

ብዙ ክርስቲያኖች መሪነትን መመኘት ትክክለኛ መሆኑን መቀበል፣ ይከብዳቸዋል። ስለሆነም፣ አንድ ሰው የመሪነትን ቦታ መመኘት አለበት ወይስ ቦታው ራሱ ሰውየውን ሊፈልገው ይገባል?

ሼክስፒር የተባለው ባለ ቅኔ፣ "ሹመትን ወይም ሥልጣንን መመኘት አደገኛ ነገር ሊሆን አይችልምን?" በማለት ይጠይቃል።

እባክህን ምኞትን አውጣና ጣለው። መላእክት ከደረጃቸው የወደቁት በእዚያ ኃጢአት ምክንያት ነው። ታዲያ መላእክትን እንኳን ካዋረደ የሰው ልጅንማ እንዴት ሊጠቅመው ይችላል? ብሎ መናገሩ ይጠቀሳል።

ከአንዳንድ አጉል ምኞት አኳያ ስንመለከተው፣ እነዚህ አባባሎች ትክክለኛ ሊሆኑ ይችላሉ። በሌላ በኩል ደግሞ፣ በትሕትና ለሚሄዱት ተገቢና ሊበረታታ የሚገባው ምኞት(መሻት) ሊኖር እንደሚችል ግልጽ ነው። ፍሬአማ በሆነ ሁኔታ እግዚአብሔርን ማገልገል ለሚፈልግ ማንኛውም ሰው ከእርሱ የተቀበላቸውን አቅምና ችሎታዎች ሚዛናዊ በሆነ ሁኔታ ተግባር ላይ ቢያውላቸው፣ ችግር ላይ እወድቅ ይሆን? ብሎ መፍራት አይኖርበትም።

መሪ መሆንን ስለ መፈለግ ጳውሎስ የሰጠውን አሳብ እውን በማድረግ ረገድ አንዳንድ መሠረታዊ ነጥቦችን ማስተዋል ተገቢ ነው። ስለ መሪ ስናስብ ቶሎ ትዝ የሚለን በአሁኑ ዘመን ያሉ ክርስቲያን መሪዎች ያላቸው ክብርና ሥልጣን ነው። ጳውሎስ ይህን በጻፈበት ዘመን ግን፣ ሁኔታዎች የተለየ መልክ ነበራቸው። በዚያን ዘመን ክርስቲያን መሪ መሆን ከባድ ኃላፊነት ያለበትና ለተለያየ አደጋ የሚያጋልጥ ስለነበር ማንም ተነሥቶ የሚመኘው አልነበረም። ክርስቲያን መሪ ማለት ራስን ለችግርና ለመከራ፣ ለመናቅና በማኅበረሰቡም ለመገለል ራስን ማጋለጥ ማለት ነው። ስደት ቢነሣ የመጀመሪያው ተጠያቂዎች መሪዎች ናቸው።

በአንዳንድ አገሮች ዛሬም ቢሆን ክርስቲያን መሪ መሆን ለአደጋ የሚያጋልጥ እንጂ፣ ክብርና ጥቅም የሚያስገኝ አይደለም። መንፈሳዊ መሪ መሆን

ዛሬም ቢሆን በብዙ አገሮች ክብርና ጥቅም የሚያስገኝ ሳይሆን፣ እንዲያውም ዋጋ እየከፈሉ የሚመሩበት ባሪያነት ነው።

የሚፈለግ መሪ ክብር ከየት እንደሚገኝ ያውቃል

ክብር ከምሥራቅ ወይም ከምዕራብ ወይም ከምድረ በዳ የለምና፤ እግዚአብሔር ፈራጅ ነውና ይህን ያዋርዳል ይህንም ያከብራል። (መዝ. 75፥6-7)

እግዚአብሔርም ሆነ ሰዎች ለተለያየ ክርስቲያናዊ አገልግሎት ዘርፎች እውነተኛ መሪዎች እየፈለጉ ነው። እግዚአብሔር የራሱ የሆነ ሰውን መፈለጉን መጽሐፍ ቅዱሳችን በብዙ ክፍሎች ይህን ያስረዳናል። እግዚአብሔር ለእርሱ የተሰጠ ሰውን ይፈልጋል። እነሆ "እግዚአብሔር እንደ ልቡ የሆነ ሰው መርጦአል፤" (1ኛ. ሳሙ 13፥14) እንዲሁም በኤርምያስ፣ "አየሁ፥ እነሆም፥ ሰው አልነበረም፥" (ኤር. 4፥25) "ቅጥርን የሚጠግንን፥ ምድሪቱንም እንዳላጠፋት በፈረሰበት በኩል በፊቴ የሚቆምላትን ሰው በመካከላቸው ፈለግሁ፥ ነገር ግን አላገኘሁም።" (ሕዝ. 22፥30)

እግዚአብሔር በእርሱም የሚታወቁና የተሰጡ ሰዎችን እንጂ፣ በደካሞችም ታላላቅ ሥራዎችን በተሰጡና ዋጋ ለመክፈል በተዘጋጁት

በጸጋውና በመንፈሱ መጠቀም ይችላል። በመጽሐፍ ቅዱሳችን ለጥሪው እኔ ደካማ ነኝ፣ ብላቴና ነኝ ያሉትን፤ እንደተጠቀመባቸውና በታሪክም እንዲሁ። ለምሳሌ፡- ሙሴ፣ ጌዲዮን፣ ኤርምያስ፤ ጆን ዌስሊን፣ ቢሊ ግርሃም፣ ሌሎችም ብዙዎች እንደ ምሳሌ መጥቀስ ይቻላል።

መንፈሳዊ መሪነት የመንፈስ ቅዱስ ጉዳይ ነው። ያንን መስጠት የሚችለው እግዚአብሔር ብቻ ነው። እግዚአብሔር የውጫዊ የቁመናና ችሎታን መስፈርት ሳይሆን፣ በማን ላይ ልቡንና ቅባቱን እንደሚቀባ ያውቃል። (1ኛ ሳሙ 16፥6-7፣ የሐዋ. ሥራ 9፥17፣ 22፥21)

በአንድ ክርስቲያናዊ እንቅስቃሴ ውስጥ ቁልፍ የመሪነት ስፍራ የነበረው ሳሙኤል ሎጋን ብሬንግል የሚባል በእውቀት የተሞላ መንፈሳዊ ሰው ነበር። መሪነትን አስመልክቶ እንደሚከተለው ተናግሯል። እንዲህ ሲል፡- "መሪነት ቤተ ክርስቲያን በምትሰጠው እድገት ሳይሆን፣ በብዙ ዕንባና ጸሎት የሚገኝ ነው። ልብን በመመርመርና ራስን አሳልፎ በመስጠት፣ በእግዚአብሔር ፊት ትሑት ሆኖ በመቅረብ፣ ያለምንም ማንጎራጎር ዕለት ዕለት መስቀሉን ተሸክሞ በመኖርና የተሰቀለውን ክርስቶስ ትኩር ብሎ በመመልከት የሚገኝ ነው።" ለራሳችን ታላቅ ነገርን በመፈለግ ሳይሆን፤ ሐዋርያው ጳውሎስ እንዳደረገው፣ ጥቅም ያለበትን ነገር ስለ

31 | አበራ ተሰማ

ክርስቶስ ስንል እንደ ጉዳት መቁጠር ነው። እርግጥ ነው፤ የሚያስከፍለው ዋጋ ከባድ ቢሆንም፣ እውነተኛ መንፈሳዊ መሪ መሆን የሚፈልግ ሁሉ ይህንን ዋጋ ለመክፈል ዝግጁ መሆን ይኖርበታል። እግዚአብሔርም የሚፈልገው እንዲህ አይነቱን ልብ ነው። (2ኛ ዜና 16÷ 9)

የመንፈሳዊ መሪ መለያው

በመሪነት ውስጥ የሚታዩ ብዙ ነገሮች ቢኖሩም፣ ቅድሚያ ከሚሰጣቸው ነገሮች ዋነኛውና አስፈላጊው ነገር የመሪው ባሕርያት ናቸው። መልካሙንና ትክክለኛውን ባሕርያት በመመልከት እውነተኛ መሪዎችን እንዴት እንደምናገኝ የሚከተሉትን ማስረጃዎች እንመለከታለን።

የመልካም መሪ ባሕርያት

1. በእግዚአብሔር ይታመናል። ቃሉንም ያምናል። (ዘፍ. 12÷1፣ ኢሳ. 26÷3-4)
2. ነጻነትን ይሰጣል። ያምናል። (ማቴ. 10÷7-8)
3. የሚያደርገውን ያውቃል። (ነህ. 6÷12፣ 2ኛ ቆሮ. 8÷21-24)

4. ከእርሱ በታች ያሉት ጠቃሚዎች እንደሆኑ ያውቃል። ያሳውቃል። (ሉቃ. 6፡12-13፤ ፊል. 2፡20-24)

5. ከበታቹ ያሉትን ያበረታታል። ያደፋፍራቸዋል። (1ኛ ጢሞ. 4፡ 11-17፤ 1ኛ ጴጥ. 5፡9-11፤ ዮሐ. 21፡15-17)

6. አሳቡን የማስተላለፍ ችሎታ አለው። (1ኛ ጴጥ. 5፡13፤ 2ኛ ቆሮ. 8፡23)

7. የትኛው መቅደም እንዳለበት ጠንቅቆ ያውቃል። (2ኛ ዜና 28፡9)

8. ሊሠሩ የሚችሉትን ያውቃል፤ ለይቶም ያስተምራል። ያሰለጥናል። (የሐዋ. ሥራ 1፡1-8፤ 2ኛ ጢሞ. 2፡1-3)

9. እግዚአብሔርና ሰውን በመውደድ የሚኖር ነው። (ማቴ. 22፡ 37-40፤ 1ኛ ዮሐ. 4፡16)

10. በቅንነትና በትሕትና የሚሄድ ርኅራኄ የተላበሰ ነው። (ዳን. 6፡ 22፤ ማቴ. 11፡29-30፤ ማቴ. 9፡36)

ስለ መሪ አምላካዊ መርህ ምንድነው?

ጌታ ኢየሱስ፣ "እንዲሁ እናንተ ደግሞ የታዘዛችሁትን ሁሉ ባደረጋችሁ ጊዜ። የማንጠቅም ባሪያዎች ነን፤ ልናደርገው የሚገባንን አድርገናል በሉ።" ይላል (ሉቃ. 17፡10) እንዲሁም፣ ጌታ መሪዎችን ሲያዘጋጃቸውና ዛሬም ለእኛም

የተወልን የቃሉ መመሪያ ስለ መሪ የአለንን አመለካከት የተዛባ እንዳይሆን ይመክረናል።

“በእናንተስ እንዲህ አይደለም፤ ነገር ግን ማንም ከእናንተ ታላቅ ሊሆን የሚወድ የእናንተ አገልጋይ ይሁን፥ ከእናንተም ማንም ፊተኛ ሊሆን የሚወድ የሁሉ ባሪያ ይሁን፤ እንዲሁ የሰው ልጅም ሊያገለግልና ነፍሱን ለብዙዎች ቤዛ ሊሰጥ እንጂ እንዲያገለግሉት አልመጣም።” (ማር. 10፥43-45) ሐዋርያው ጳውሎስም፣ “ሰውን ወይስ እግዚአብሔርን አሁን እሺ አሰኛለሁን? ወይም ሰውን ደስ ላሰኝ እፈልጋለሁን? አሁን ሰውን ደስ ባሰኝ የክርስቶስ ባሪያ ባልሆንሁም።” (ገላ. 1፥10) ይላል።

መንፈሳዊ መሪነት በእግዚአብሔር ሉዓላዊ ምርጫ ላይ የተመሠረተ ነው። “በቀኝና በግራ መቀመጥ ግን ለተዘጋጀላቸው ነው እንጂ የምሰጥ እኔ አይደለሁም አላቸው።” (ማር. 10፥40 መንፈሳዊ አገልግሎት ወይም መሪነት የእግዚአብሔር ሉዓላዊ ምርጫ ነው። ኢየሱስ ለደቀ መዛሙርቱ፣ “እኔ መረጥኋችሁ እንጂ እናንተ አልመረጣችሁኝም፤” (ዮሐ. 15፥16) ያላቸው በእዚህ ምክንያት ነው።

ጥሪህን ማግኘት ወይም ማወቅ

“እንግዲህ በጌታ እስር የሆንሁ እኔ በተጠራችሁበት መጠራታችሁ እንደሚገባ ትመላለሱ ዘንድ እለምናችኋለሁ፤” (ኤፌ. 4፥1)

እግዚአብሔር አምላክ በመጀመሪያ ሰውን በመልኩና በአምሳሉ የፈጠረበት ምክንያት፣ ከእርሱ ጋር በኅብረትና በፍቅር እያመለከውና እየታዘዘው እንዲኖር ነው። ለእዚህ ከእግዚአብሔር ጋር በሕይወት ዘመን ሁሉ በየዕለቱ ኅብረት ለማድረግ ለተጠራበት ጥሪ ውጤታማ በሆነበት መጠን፣ ለቀጣይ የመሪነት ጥሪ ውጤታማ እንድንሆን ያደርገናል።

የጌታችን የኢየሱስ ክርስቶስን መሪነት ውጤታማ ያደረገው፣ በእየዕለት ኑሮው ከአባቱ ጋር የነበረው ኅብረትና ግንኙነት ነው። ብዙ ጊዜ መሪዎች በአገልግሎት ብዛት በመባከን ከእግዚአብሔር ጋር ያላቸውን ኅብረት በማጣት ውጤታማ ከመሆን ይልቅ ውድቀትና አለመሳካት ይገጥማቸዋል።

አገልጋይ መሪ የመጀመሪያው ተልዕኮው ጠሪውን አውቆ ዕለት ዕለት እርሱን እየሰሙና እርሱን እየታዘዙ ከእርሱ ጋር በኅብረት መሥራት ነው። “እኛ ፍጥረቱ ነንና፤ እንመላለስበት ዘንድ እግዚአብሔር አስቀድሞ

ያዘጋጀውን መልካሙን ሥራ ለማድረግ በክርስቶስ ኢየሱስ ተፈጠርን።”
(ኤፌ. 2፥10)

እግዚአብሔር የጠራን ለሕይወትና ከእርሱም ጋር ኅብረት እንዲኖረን ነው። ለዚህም ነው፣ ወደ ልጁ ወደ ጌታችን ወደ ኢየሱስ ክርስቶስ ኅብረት የጠራችሁ እግዚአብሔር የታመነ ነው የሚለው ቃሉ፤(1ኛ ቆሮ. 1፥9)

አንድ ለመሪነት የሚዘጋጅ ከአምላኩ ከእግዚአብሔር ጋር የሚኖረው ኅብረት ለመሪነት ዝግጅቱ ውጤታማ መሪ እንዲሆን ይረዳዋል። ፍሬማ እንዲሆን ያደርገዋል። ጅምሬና ፍጻሜውም የአማረና ለእግዚአብሔር ክብር ይሆናል።በተጨማሪ ለሌሎች የሚጠቅም መርህን ለማስተላለፍና ከእግዚአብሔር ጋር የሚኖርን ኅብረትና አንድነት እርሱን ሰምተን መታዘዝ እንድንችል ለውጤታማ መሪነት ያበቃናል።

ሐዋርያው ጴጥሮስ ለቤተ ክርስቲያን መሪዎች የሰጠው ምክር፣ ለመንጋው ምሳሌ ሁኑ እንጂ ማኅበሮቻችሁን በኃይል አትግዙ የሚል ነው፤ (፩ኛ ጴጥ. 5፥3)

ይህም የመሪነት አምላካዊ መርህ በፍቅርና በትሕትና መሪው ራሱን ባሪያ ማድረግ አለበት የሚል ነው።

መሪነት በጎ የሆነ ተጽዕኖን በመፍጠር ተከታዮችን ቀጥተኛ በሆነ ወይም ባልሆነ መንገድ ወደ መልካም ግብና ዓላማ የማንቀሳቀስና የማስኬድም ችሎታ መሆኑ በብዛት ስለ መሪነት በጻፉት ሰዎች ተገልጿል፤ ወይም ተነግሯል። ይህም ሲባል፣ መሪው ተከታዮችን በማስገደድና በኃይል ሳይሆን፣ ተከታዮችን በማሳመንና በማስረዳት እንዲከተሉና እንዲሠሩ ማድረግ ሲችል እንደሆነ ይናገራሉ።

ጆሴፍ ስታሊን እንዲህ ብሏል፦ መቶ ሰዎችን አስገድዶ ተከታይ ከማድረግ ይልቅ፣ አንድን ሰው አሳምኖ እንዲከተልና እንዲሠራ ማድረግ ይበልጣል በማለት ተናግሯል።

ይህም በጎ ተጽዕኖን መፍጠር በመምራት አካሄድ ተገቢውን ሥራ በቅልጥፍና ለመፈጸም ያለውን ከፍተኛ ዕድል በአግባብ በመረዳት እንዲከናወን ይረዳል። ይህም ሲደረግ ወደ ራስ ትምክህት እንዳይሄድ ራስን አብሮ ባሪያ አገልጋይ ማድረግ ከጌታም የተማርነውን ምሳሌነትን እንድንኖረው ያደርገናል። ብዙ መሪዎች ተናጋሪዎች እንጂ የተግባር ምሳሌዎች ስላልሆኑ፣ በመንፈሳዊውም ሆነ በፖለቲካው የሚታየው ችግር በቂ ማስረጃ ነው።

የኢየሱስ ክርስቶስ መሪነት

የኢየሱስ ክርስቶስ የመሪነትን ባሕርያትና መሪነትን በብዙ አቅጣጫ የገለጸበትን ለእኛ ለትምህርታችን የሚሆኑ ጥቂት ነገሮችን እንመለከታለን።

በትሕትናው መሪነት

የመሪ ባሕርይ ለሚመራው ምሳሌ መሆን የሚጠበቅበት ነው። ኢየሱስም፣ “ከእኔም ተማሩ፥ እኔ የዋህ በልቤም ትሑት ነኝና፥ ለነፍሳችሁም ዕረፍት ታገኛላችሁ፤” (ማቴ. 11፥29)። ይህም የጌታችን የመድኃኒታችን የኢየሱስ ክርስቶስ መሪነቱን እንዴት በትሕትና እንደመራና እንዳገለገለን የሚያመለክተን እውነት ነው።

እንዲሁም፣ ፊል 2፥8-11 ጌታ ራሱን እንዴት ባዶ አድርጎ በትሕትና እንዳገለገለን የሚያመለክት ክፍል ነው። እኛም ዛሬ የምንመራና የምናገለግል፣ የእርሱን ዱካ ተከትለን ማገልገል እንዳለብን የሚያመለክተን ነው። የጌታችን የኢየሱስ ክርስቶስ ምሳሌነቱ ዮሐ. 13፥1-2 ላይ፣ እርሱም አምላክና ጌታ ሆኖ ሳለ፤ ዝቅ ብሎ በትሕትና የሚመራቸውን ደቀ መዛሙርት እግር ሲያጥብ፣ አስደናቂ የሆነ መሪነቱን በትሕትናና በተግባር የገለጸበትና ያሳየበት ነው። ይህ ለእኛና ለትውልድ ሁሉ አልፎ የሚሄድ መሠረታዊ የሆነ በመሪ ሕይወት ላይ መንጸባረቅ ያለበት ነው።

የኢየሱስ እረኝነትና መሪነቱ

ስለ ጌታችን ኢየሱስ ክርስቶስ እውነተኛ መሪነትና እረኝነቱን መጽሐፍ ቅዱሳችን በማያወላውል ሁኔታያስረዳናል። “መልካም እረኛ እኔ ነኝ። መልካም እረኛ ነፍሱን ስለ በጎቹ ያኖራል።” (ዮሐ. 10፥11)

እርሱ እውነተኛ እረኛና በጎቹንም የሚመራ የሚያሰማራም እንደሆነ ከጌታ መሪነት ልንማር ይገባናል።

መሪ አንዱ ትልቁ የመሪነቱ ባህርይ የሚታየው የሚመራቸው መኖራቸው ሲሆን፤ ጌታም፣ “በጎቼ ድምፄን ይሰማሉ እኔም አውቃቸዋለሁ ይከተሉኛማል፤ እኔም የዘላለም ሕይወትን እሰጣቸዋለሁ፥ ለዘላለምም አይጠፉም፥ ከእጄም ማንም አይነጥቃቸውም።” ያለው (ዮሐ. 10፥27-28) ነው።

ጌታችን ኢየሱስ ክርስቶስ ደቀመዛሙርቱን ለመሪነት ሲያዘጋጃቸው የተናገራቸው መሠረታዊ መርሆዎችን እንመልከት።

1. ኢየሱስም መጀመሪያ እርሱ በመምራት ኑና ተከተሉኝ አላቸው። (ማቴ. 4፥19) እርሱንም በመከተል የሚቀበሉትን መስዋዕትነት በግልጽ ሊቀበሉት ያለውን መከራ ደቀመዛሙርቱን እየመራ ያስተምራቸው ነበር። (ማቴ. 16፥24-27፣ ሉቃ. 9፥23-27) በዓለም ሳላቸ ሁ መከራ

አለባችሁ ይላቸው የነበረውንም መርህም እነርሱም ይህንን እውነት ተቀብለው ተባብረውታል። (የሐዋ. ሥራ 20፥24-25፣ 1ኛ ጴጥ. 4፥12-16)

2. ጌታችን ወደ እርሱ የመጡትንም ከመምራቱ በፊት ኑና እዩ (ዮሐ. 1፥39)አላቸው፤ መሪነት ከጌታ ጋር በመዋልና ምሪትንና መሪነትንም ከእርሱ እንዲማሩ መጥተው እንዲያዩም ነገራቸው። እንግዲህ ይህ ትምህርት ለእኛም በእዚህ ለአለንበት ዘመን የሚመክረን ከመሪነት በፊት በሚመራና በሚያስመራን ጌታ አመራሩንና አደራረጉን ሊያስተምረን በሚችለው ጌታ ከእርሱ ጋር በጸሎትና በቃሉ እግሩ ሥር መሆን ይኖርብናል።

ይህን እውነት ሳንይዝ የሚኖርን መሪነት የእግዚአብሔርን ምሪት የተከተለ ሳይሆን ያለ ዓላማ የምንጓዝበት የሰው አሳብ ብቻ ሆኖ ይቀራል። ኑና እዩ ያላቸው ይህ እንዳይሆን ነው። ከጌታ ያዩትን የተመለከቱትን እንዲያደርጉ አሳያቸው።

3. የጌታችን ኢየሱስ ክርስቶስ በአገልግሎቱና በመሪነቱ ኑና ዕረፉ (ማር. 6፥31)ማለቱ መሪነት በአገልግሎት መባከን ብቻ ሳይሆን፣ በጌታ ፊትም በማረፍ እንደሆነ በማስተማር ገልጾላቸዋል።

የእግዚአብሔር ቃል፣ "ዕረፉ፥ እኔም አምላክ እንደ ሆንሁ እወቁ፤ በአሕዛብ ዘንድ ከፍ ከፍ እላለሁ፥ በምድርም ላይ ከፍ ከፍ እላለሁ።" (መዝ. 45፥10) እግዚአብሔር የጠራን ከዚህ ከሚያባክንና ከሚያንከራትት ዓለም ወደ ዕረፍቱ ነው። ኢየሱስ፣ "እናንተ ደካሞች ሸክማችሁ የከበደ ሁሉ፥ ወደ እኔ ኑ፥ እኔም አሳርፋችኋለሁ።" (ማቴ. 11፥28) በማለት ወደ ዕረፍቱ የጠራን ለእዚህ ነው።

ስለ መሪነቱም፣ "እግዚአብሔር እረኛዬ ነው፥ የሚያሳጣኝም የለም። በለመለመ መስክ ያሳድረኛል፤ በዕረፍት ውኃ ዘንድ ይመራኛል።" (መዝ. 23፥1-2) የጌታን መሪነቱን አሳራፊነቱንም የሚያስረዳን ሕያው ቃል ነው።

በአጠቃላይ ከእዚህ አሳብ የምንማረው መሪ ከመሆን በፊት በእርሱ ላይ ማረፍን፣ በእርሱ የሆነውን ምሪትና መሪነትንም መቀበል ይኖርብናል ማለት ነው። እግዚአብሔር ለመሪነት ያዘጋጃቸው ሰዎች ሁሉ መጀመሪያ እርሱን የተከተሉና በእርሱም መሪነት ላይ ያረፉ እንደነበሩ ቃሉ ያስተምረናል።

በትምህርቱ የኢየሱስ መሪነት

የጌታችን የኢየሱስ ክርስቶስን ትምህርት አስደናቂ ከሚያደርገው አንዱ፣ ያስተማረውን በመኖር ለደቀ መዛሙርቱና ለሚከተለውም ሕዝብ የሚያሳይ መልካም መሪ መሆኑ ነበር።

አንድ መሪ በትምህርቱ ጌታችን ኢየሱስም በማቴዎስ ወንጌል ከምዕራፍ 5 እስከ ምዕራፍ 8 የተራራው ስብከት ደቀ መዛሙርቱንና ሕዝቡን የእግዚአብሔርን የልብ አሳብ እንዳስተማራቸው እናያለን።

እንዲሁም በሉቃስ ወንጌል፤ 4፥14-15 "ኢየሱስም በመንፈስ ኃይል ወደ ገሊላ ተመለሰ፤ ስለ እርሱም በዙሪያው ባለችው አገር ሁሉ ዝናው ወጣ። እርሱም በምኩራባቸው ያስተምር፥ ሁሉም ያመሰግኑት ነበር"ይላል።

ኢየሱስም ለደቀ መዛሙርቱም በእግዚአብሔር መንግሥት ማን ታላቅ ይሆናል? ለሚለው ጥያቄያቸው በቀጥታ የመለሰው፤ "እንዲህም አለ:— እውነት እላችኋለሁ፥ ካልተመለሳችሁ እንደ ሕፃናትም ካልሆናችሁ፥ ወደ መንግሥተ ሰማያት ከቶ አትገቡም።" (ማቴ. 18፥3) በሚል መልስ ነው ያስተማራቸው።

ጌታችን ኢየሱስም ያስተማራቸው ኅብረተሰቡ የሚከተለውን አመራር ሳይሆን፣ መሪ እንዴት ባሪያ መሆን እንዳለበት ነው። እነርሱ የበላይ

ለመሆን ሲመኙ፤ እርሱን ያስተማራቸው ግን፣ የበላይ ለመሆን የበታች ባሪያ መሆን እንደሚያስፈልግ ነው።

መሪዎች ስንሆን ራሳችንን እንደ ወላጅ፣ የምንመራቸውን ደግሞ እንደ ልጅ ማየትም የለብንም። የመሪዎች አሳብ ሁን ጊዜ ተቀባይነት እንዲኖረው አስተማሪና ባለ ሥልጣን እንደሆንን ራሳችንን ማቅረብ የለብንም።

"እንዲዳስሳቸውም ሕፃናትን ወደ እርሱ አመጡ፤ ደቀ መዛሙርቱም ያመጡአቸውን ገሠጹአቸው። ኢየሱስ ግን አይቶ ተቈጣና፣ ሕፃናትን ወደ እኔ ይመጡ ዘንድ ተዉ አትከልክሉአቸው፤ የእግዚአብሔር መንግሥት እንደነዚህ ላሉት ናትና።" (ማር. 10፥13-14) ይህም ለመሪዎች ጌታችን ኢየሱስ ለማስተማር የፈለገው ከትንንሾችም ሆነ ከትልቆች ጋር እንዴት ዝቅ ብለው የእግዚአብሔርን ሕዝብ እንዳገለገሉ ቅዱስ ቃሉ ያስተምረናል።

መሪ የጸሎት ሕይወቱ የኢየሱስ መሪነት

ጌታችን ኢየሱስ ክርስቶስ አስደናቂ የሆነው መሪነቱ የነበረው የጸሎት ሕይወቱ ነው። ይህ ሕይወቱ ከአባቱ ጋር ኅብረትና አንድነቱን ብቻ ሳይሆን፣ ደቀ መዛሙርቱንም ሆነ ፈሪሳውያንን የሚያስተምራቸውና የሚያስደንቃቸው ሕይወት ነበር።

ለደቀ መዛሙርቱም በእርሱ አመራር ያለውን የጸሎት ጉዳይ ጌታ ሆይ ጽሎትን አስተምረን በማለት እንዲጠይቁ የሆነበት ምክንያት ለእዚህ ነው (ሉቃ. 11፥1-4)። ለአንድ መሪ የጸሎት ሕይወቱ በጣም ወሳኝና አስፈላጊም ነው።

“ሕዝቡንም አሰናብቶ ይጸልይ ዘንድ ብቻውን ወደ ተራራ ወጣ። በመሸም ጊዜ ብቻውን በዚያ ነበረ።” (ማቴ. 14፥13)

“ማለዳም ተነሥቶ ገና ሌሊት ሳለ ወጣ ወደ ምድረ በዳም ሄዶ በዚያ ጸለየ። ” (ማር. 1፥35)

“በነዚህም ወራት ይጸልይ ዘንድ ወደ ተራራ ወጣ፥ ሌሊቱንም ሁሉ ወደ እግዚአብሔር ሲጸልይ አደረ።” (ሉቃ. 6፥12)

እንግዲህ፣ ጌታችን በእንደዚህ አይነት ጸሎት የሚመራን እንደነበር፣ ዛሬም ለመንፈሳዊ መሪዎች ጽሎት ችላ መባል የሌለበት እንደ ሕይወት እስትንፋስ ማለት ነው።

የጌታችን የኢየሱስ የጸሎት ሕይወት በመከራ ጊዜ እንኳን ይታጋ ነበር፤ደቀ መዛሙርቱንም አንድ ሰዓት እንኳን ከእኔ ጋር ጸልዩ ብሏቸው በእንቅልፍ ተዳክመው መጸለይ እንዳቃታቸው አይተዋል። (ማቴ. 26፥40)

ጌታ ግን በእዚያ የመከራና የጣር ጊዜም ሦስት ጊዜ ወደ አባቱ በመጸለይ ይተጋ ነበር። ምንም እንኳን ጸልዮም የመስቀል ሞትን ቢሞትም፣ የትንሣኤን ክብር የሚያሳይ ሞትና ሲያልን ድል የሚነሣ ጸሎት ነበር።

ጌታ ኢየሱስ ክርስቶስ እንዲህ ሲል ጸልዮአል፣ "ሁሉም አንድ ይሆኑ ዘንድ፥ ከቃላቸው የተነሣ በእኔ ስለሚያምኑ ደግሞ እንጂ ስለ እነዚህ ብቻ አልለምንም፤ አንተ እንደ ላክኸኝ ዓለም ያምን ዘንድ፥ አንተ፥ አባት ሆይ፥ በእኔ እንዳለህ እኔም በአንተ፥ እነርሱ ደግሞ በእኛ አንድ ይሆኑ ዘንድ እለምናለሁ። እኛም አንድ እንደ ሆንን አንድ ይሆኑ ዘንድ፤ እኔም በእነርሱ አንተም በእኔ ስትሆን፥ በአንድ ፍጹማን እንዲሆኑ፥ የሰጠኸኝን ክብር እኔ ሰጥቻቸዋለሁ፤ እንዲሁም ዓለም አንተ እንደ ላክኸኝ በወደድኸኝም መጠን እነርሱን እንደ ወደድሃቸው ያውቃል።" (ዮሐ. 17፥20-23)

የጌታችን የኢየሱስ አገልግሎት መሪነት በጸሎት ተጀምሮ በጸሎት የፈጸመው መሆኑን የእግዚአብሔር ቃል በግልጽ ለመንፈሳዊ መሪዎች ሁሉ እንደ መመሪያ እንዲሆን ተጽፏል። (ማቴ. 4፥1-11፣ ዮሐ. 17፥1-23) መሪነት ምሪት የሚሰጠውን ጌታ በመጸለይ የሚሰጥም ነው።

45 | አበራ ተሰማ

መሪ በቀላልና በመጠን መኖርን የኢየሱስ መሪነት አሳይቷል፤

በዓለማችን መንፈሳዊም ሆነ መንፈሳዊ ባልሆኑ (ዓለማዊ)መሪዎች ዘንድ ኑሯአቸውን በጣም ቀላልና በመጠን ያደረጉ መሪዎች፣ ትልቅ ለውጥና ብዙ ተከታዮችን በመሪነታቸው እንዳፈሩ ብዙ ተጽፎላቸውል።

ከእነዚህ ሁሉ መሪዎች የጌታችን የኢየሱስ መሪነት እስከ አሁንም በቢሊዮን የሚቆጠሩ ተከታዮች ያሉት መሪነት ነው። ይህም ብዙ ስለ መሪነት የጻፉትን ሰዎች ሁሉ የሚያስደንቃቸው ነው። ምክንያቱም በመንፈሳዊውም ሆነ በዓለማዊውም ከሞቱ በኋላ ብዙዎች ያለ ተከታይ ቀርተዋል። ጆን ማክስዌል የተባለው ሰው ስለ መሪዎችና ተከታዮቻቸው ሲናገር፤ መሪ ሆኖ ተከታይ ከሌለው፣ መሪ አይደለም ብሏል። ጌታችን ኢየሱስ ክርስቶስ ግን፣ እስከ አሁንም በዓለም ዙሪያ ብዙ ተከታዮች አሉት። ይህም መሪዎች ወደ ትውልድ ማስተላለፍና ተተኪዎችን ማፍራት አማራጭ የሌለው የመሪዎች ኃላፊነት እንደ ሆነ፣ በጌታችንም ሕይወትና መሪነት የምንማረው እውነት ነው።

ስለዚህም፣ በኑሯቸው ቀላል (ሲምፐል) ሕይወት የሚኖሩ መሪዎች፣ ከራሳቸው ይልቅ ለብዙሐኑ ለመኖርና አገልጋይ መሪ ለመሆን የቆረጡና የወሰኑ ሰዎች እንደነበሩ ከታሪካቸው ማወቅና መማር ይቻላል። የጌታችን

የኢየሱስ መሪነት በዘመኑ የነበሩትን የሃይማኖት መሪዎችንም ሆነ የፖለቲካ መሪዎችን ቻሌንጅ የሚያደርጋቸው ነው፤ የእርሱ መሪነት ቀላልና በመጠን የሚኖር ስለነበር ነው፡እየተቃወሙትም ያደነቁት እውነተኛ መሪ ነበር።

እኛም በእዚህ ዘመን ያለን መሪዎች ከጌታ ልንማር የሚገባን አንዱና ትልቁ ነገር፣ ኑሮን ቀላልና መጠነኛ ማድረግን ነው። ይህንን ለማድረግ የጌታን ኮቴና ፈለግ በመከተል፣ ኑና ከእኔ ተማሩ ያለንን እውነት ልናምነውና ልንከተለው የሚገባ እውነተኛ መርህ እንደሆነ እንወቅ። በዘመናችን ካለው የኑሮ ውድድር ወጥተን በቀላል የምንኖር መሪዎች ለመሆን ራሳችንን እናዘጋጅ። ይህም እውነት ለእኛም ለምንመራውም ሕዝብ፣ ለተከታዮቻችን የሚጠቅማቸው መርህ ነው። መጽሐፍ ቅዱስ በመጠን ኑሩ ብሎ የሚመክረን ለእዚህ ነው።

በመከራ ጸንቶ መቆምን ኢየሱስ በመሪነቱ አሳይቷል፤

ስለ ጌታችን ኢየሱስ ክርስቶስ በመከራም ጸንቶ በመቆም መሪነቱን የገለጸበት በአዲስ ኪዳን ውስጥ ብዙ ቦታዎች ለእኛም ትምህርት እንዲሆን ተጽፎልናል።

“እርሱ ነውርን ንቆ በፊቱም ስላለው ደስታ በመስቀል ታግሦ በእግዚአብሔር ዙፋን ቀኝ ተቀምጦአልና።” (ዕብ. 12፥2)

መሪ ራሱን እንደ ባሪያ አገልጋይ በማድረግ ጌታችን ኢየሱስ ክርስቶስ በተግባር አሳይቷል። “እርሱ በእግዚአብሔር መልክ ሲኖር ሳለ ከእግዚአብሔር ጋር መተካከልን መቀማት እንደሚገባ ነገር አልቈጠረውም፥ ነገር ግን የባሪያን መልክ ይዞ በሰውም ምሳሌ ሆኖ ራሱን ባዶ አደረገ፥ በምስሉም እንደ ሰው ተገኝቶ ራሱን አዋረደ፥ ለሞትም ይኸውም የመስቀል ሞት እንኳ የታዘዘ ሆነ።” (ፊል. 2፥4-8)

የጌታችን የኢየሱስ ክርስቶስ መሪነት ለተከታዮችም ሁሉ የሚያስደንቃቸው አስገራሚ ነገር፣ መከራን እንደ እግዚአብሔር ፈቃድ እየተቀበለ፣ አገልግሎቱን በትጋት እየመራና እያገለገለ ጸንቶ በመቆም ያስተምራቸውና ያሳያቸው ነበር። የአንድ መሪ ጥንካሬው የሚፈተነው በመከራ ጊዜ ጸንቶ በመቆም መምራት መቻሉ ነው። የዕብራውያንን ጸሐፊ፣ ጸንቶ የቆመውን ጌታችንን ተመልከቱ የሚለን በእዚህ ምክንያት ነው። በዘመናችን በመንፈሳዊውም ሆነ በዓለማዊ መሪዎች ዘንድ ጸንቶ በመቆም ባሪያ አገልጋይ መሆን ያልተቻለው የጌታን ኮቴና ፈለግ መከተል የሚችሉ መሪዎችን በማጣት ነው። ቢኖሩም በጣም ጥቂቶች ናቸው።

ኢየሱስም በመከራም ጊዜ ጸንቶ በመቆም የአባቱን ፈቃድ ለመፈጸም ይተጋ ነበር። “አባ አባት ሆይ፥ ሁሉ ይቻልሃል፤ ይህችን ጽዋ ከእኔ ትወሰድ፤

ነገር ግን አንተ የምትወደው እንጂ እኔ የምወደው አይሁን አለ።" (ማር. 14፥ 36)

"እንዲህም አላቸው:— ክርስቶስ መከራ ይቀበላል በሦስተኛውም ቀን ከሙታን ይነሣል፥ በስሙም ንስሐና የኃጢአት ስርየት ከኢየሩሳሌም ጀምሮ በአሕዛብ ሁሉ ይሰበካል ተብሎ እንዲሁ ተጽፎአል።" (ሉቃ. 24፥46- 47)

ጌታችን ኢየሱስ ክርስቶስ መከራን በመቀበል የመሪነት ኃላፊነቱንም በመወጣት፣ <እነርሱን ተዋቸው> በማለት፤ ራሱን አሳልፎ በመስጠት ምሳሌነቱን ለሚመራቸው በተግባር ያስተምራቸው ነበር። መሪነት ከባድ የሆነውም፣ በመከራ ጸንቶ ራስን እንደ ባሪያ አድርጎ ማገልገል ስለሆነ ነው።

መሪ በፍቅር መምራት የኢየሱስ መሪነት ምሳሌ ነው፤

የጌታችን የኢየሱስ ክርስቶስ በፍቅር መሪነቱ እስከ አሁንም ድረስ ተወዳዳሪ የሌለው የፍቅር መሪና አገልጋይ ባሪያ ነው።

"ኢየሱስም ከፋሲካ በዓል በፊት፥ ከዚህ ዓለም ወደ አብ የሚሄድበት ሰዓት እንደ ደረሰ አውቆ፥ በዚህ ዓለም ያሉትን ወገኖቹን የወደዳቸውን እስከ መጨረሻ ወደዳቸው።" (ዮሐ. 13፥1)

ይህ ፍቅር፣ የሚሸጠውንም ይሁዳንም የሚወድ ፍቅር ነው። አገልግሎት በፍቅር የተመሠረተ ካልሆነ፣ ፍጻሜያችን ያማረ አይሆንም። ምንም ዋጋ ቢያስከፍልም፣ መሪ የሚመራውን ሕዝብ በፍቅር ማገልገል አማራጭ የሌለው እውነተኛ መርህ ነው።

"ጌታም አለ፣ እኔ እንደ ወደድኋችሁ እርስ በርሳችሁ ትዋደዱ ዘንድ ትእዛዜ ይህች ናት። ነፍሱን ስለ ወዳጆቹ ከመስጠት ይልቅ ከዚህ የሚበልጥ ፍቅር ለማንም የለውም።" (ዮሐ. 15፥12-13)

"ነገር ግን ገና ኃጢአተኞች ሳለን ክርስቶስ ስለ እኛ ሞቶአልና እግዚአብሔር ለእኛ ያለውን የራሱን ፍቅር ያስረዳል።" (ሮሜ 5፥8)

የጌታችን የኢየሱስ ክርስቶስ መሪነትና አገልግሎት በፍቅር ተጀምሮ በፍቅር የተፈጸመ እንደሆነ መጽሐፍ ቅዱሳችን ውስጥ ለትምህርት ተጽፏል። እኛም ይህን የጌታን ምሳሌነት እንድንከተል ይመክረናል። ይህንን ስናነብ ቆም ብለን መሪነታችንንና አገልግሎታችንን መገምገም ይኖርብናል።

"ዳሩ ግን የምነቅፍብህ ነገር አለኝ የቀደመውን ፍቅርህን ትተሃልና። እንግዲህ ከወዴት እንደ ወደቅ አስብ ንስሐም ግባ የቀደመውንም ሥራህን አድርግ፤ አለዚያ እመጣብሃለሁ ንስሐም ባትገባ መቅረዝህን ከስፍራው እወስዳለሁ።" (ራእይ 2፥4-4-5)

የጌታችን የኢየሱስ ክርስቶስ ደቀ መዛሙርት በፍቅር የተሳቡና የተገዙ ስለሆኑ፣ ከፍቅር ውጭ ሌላ ምንም ማከናወንና ማድረግ አይችሉም ነበር። መሪነት ከፍቅር ውጭ ምሳሌነት ስለሌለ ነው። ፍቅርን ሁሉም ሰው የሚፈልገው ግን፣ ውድ የሆነ ዋጋን የሚያስከፍል በጥቂቶች ብቻ በተግባር የሚገለጽ እውነት ነው። ፍቅርን ለመቀበል ሁሉም ሰው ይፈልጋል። ይህ ፍቅርን መስጠት እንጂ መቀበልን አያመለክትም። ሁሉም ፍቅርን ፍላጊ የሆነበት በዚሁ ምክንያት ነው። ጌታ ኢየሱስ ክርስቶስም እንዲህ አላቸው፣ "የሚወዱአችሁን ብትወዱ ምን ዋጋ አላችሁ? ቀራጮችስ ያንኑ ያደርጉ የለምን?" (ማቴ. 5፥46) እንዲሁም፣ ሮሜ 5፥8 "ነገር ግን ገና ኃጢአተኞች ሳለን ክርስቶስ ስለ እኛ ሞቶአልና እግዚአብሔር ለእኛ ያለውን የራሱን ፍቅር ያስረዳል።" ይላል። ጌታችን ኢየሱስ ክርስቶስ ስለ ፍቅር ያስተማረው ከፍ ያለ እንደሆነ ሕይወትን ለሌላው አሳልፎ ከመስጠት የሚበልጥ የት አለ ብሏል።

በፍቅር ምሳሌነት ለመኖር ብርቱ ዋጋ የሚያስከፍል ስለ ሆነ ብዙዎች በእዚህ በኩል ለማለፍ አለመቻላቸው እንብዛም አስደናቂ አይደለም። የፍቅር ሰዎች የተባሉት ግን፣ በሚመሩት ሕዝብ ይታወቃሉ። በፍቅር ምሳሌ የሆኑ ሰዎች እንዲሁም በሁሉም ዘንድ ማንነታቸው ይታወቃል። ጌታም

የሚጠሏችሁን ውደዱ ሲል፤ ይህንን ትምህርት ሲሰጥ ለማለት ብቻ ሳይሆን፣ ራሱም እያደረገ ያሳያቸው ነበር።

እንግዲህ በፍቅር በመኖር ምሳሌ የሚሆኑ መሪዎች እንደ ሞኝና እንደ አላዋቂ የዘመኑን ሁኔታ የማይረዱ መስለው የሚታዩበት ቢሆኑም፣ በፍቅር መኖር ለመንፈሳዊ መሪ አማራጭ የሌለው እውነት ነው። አንዳንድ ጊዜም የውስጥ ችግር ፈጣሪዎችም አውጥተው እንደ ፈሪሳውያን ሊጥሏችሁ ይችላሉ። ቢሆንም፣ በውስጥም በውጭም ችግር ቢኖርም በፍቅር መኖር የመንፈሳዊ መሪ እውነተኛ አገልግሎት ነው።

የመሪነት ምሳሌነት

"ይህን እዘዝና አስተምር። በቃልና በኑሮ በፍቅርም በእምነትም በንጽሕናም ለሚያምኑቱ ምሳሌ ሁን እንጂ፥ ማንም ታናሽነትህን አይናቀው። (1ኛ ጢሞ. 4፥11-12)

"እርሱም: — ይህ ምንድር ነው? አላቸው። እነርሱም እንዲህ አሉት። በእግዚአብሔርና በሕዝቡ ሁሉ ፊት በሥራና በቃል ብርቱ ነቢይ ስለ ነበረው ስለ ናዝሬቱ ስለ ኢየሱስ፤" (ሉቃ. 24፥19)

ይህን ከላይ የተመከትነውን የእግዚአብሔር ቃልና የኢየሱስ ክርስቶስን ምሳሌነት በቃል የሚናገረውን በተግባር እንደገለጸው፣ አብረው

የነበሩትንም የሚከተለውም ሕዝብ የመሰከሩለት እውነተኛ አገልጋይ እንደነበር በምሳሌነት አሳይቷል።

በመሪነት ታሪክ በመንግሥታት ታሪክም ሆነ በሃይማኖታዊው በአንድ ወቅት ሰፊ ከዚያም ጠባብ ወይም ተለዋዋጭ መሆኑን በኢትዮጵያ ብቻ የታየ አዲስ ነገር አይደለም። ከክርስቶስ በፊትም ሆነ በኋላ የተከሰተ አሦር፣ ባቢሎን፣ ሚዶን፣ ፋርስ፣ ግሪክ፣ ሮም፣ እንግሊዝ፣ ራሺያ፣ ቻይና፤ አይሁዳዊነት፣ ክርስትና፣ እስልምና ወዘተ ... በቅርብም ጊዜ ያሉትም ነገሥታትና የግዛት ክልል የሚያስፋፉና የሚጠብቁ እንዳሉ የታወቀ ነው።

መንግሥትና በዓለማችን ያሉት የሰው ልጆች ማኅበራዊ፣ ባህላዊና አስተዳደራዊ ተጽዕኖ ተለዋዋጭ እንደሆነ ታሪክ ብቻ ሳይሆን ዛሬም እየተከሰተ የሚታይ ነው።

በሰው ልጆች ታሪክ ውስጥ ውድድር ፉክክር ፍትሕ የሰፈነበት አልነበረም። በሁሉም የዓለማችን ክፍሎች ውድድርና የሥልጣን ሽሚያ እርስ በእርስ ያደርጉ ነበር። ዛሬም ሲደረግ እናያለን። ይህም የሚያስተምረን፣ ቀጣይ የሆነ የኅብረተሰብ ታሪክን ነው። ይህ ውድድርና ፉክክር የሌለባት የክርስቶስ ኢየሱስ ታሪክ መጥታለች። እየመጣችም ነው። በሁሉም የዓለማችን ክፍል፣ ይህች የእግዚአብሔር መንግሥትእንድትሰፋና

እንድትወርስ ጸሎቴ፣ ልመናዬና መሻቴም ነው። ይህንን ለምታነቡትም ሁሉ መሻታችሁ የእግዚአብሔር መንግሥት ይሁን።

በአለፉት የትውልድ ታሪክ ሁሉንም መጨፍለቅ ሳይሆን፤ ክፉውን መተው፣ መልካሙን መውሰድ ይሁንልን። በራእይ 2፥2-5፣ "ሥራህንና ድካምህን ትዕግሥትህንም አውቃለሁ፤ ክፉዎችንም ልትታገሥ እንዳትችል፥ እንዲሁም ሳይሆኑ። ሐዋርያት ነን የሚሉቱን መርምረህ ሐሰተኞች ሆነው እንዳገኘሃቸው አውቃለሁ፤ ታግሠህማል፥ ስለ ስሜም ብለህ ጸንተህ አልደከምህም። ዳሩ ግን የምነቅፍብህ ነገር አለኝ የቀደመውን ፍቅርህን ትተሃልና እንግዲህ ከወዴት እንደ ወደቅ አስብ ንስሐም ግባ የቀደመውንም ሥራህን አድርግ፤ አለዚያ እመጣብሃለሁ ንስሐም ባትገባ መቅረዝህን ከስፍራው እወስዳለሁ።" የሚለው በዚህ ምክንያት ነው።

ይህ የእግዚአብሔር ቃል የሚመክረን፣ በበረታንበት እንድንጸና እና እንድንቆም፤ በደከምንበት ደግሞ፣ ንስሐ እንድንገባ ይመክረናል።

እንግዲህ፣ ሕዝብ የታሪክ ባለቤት ስለሆነ፣ የሕዝብ ታሪክ ያልሆነ የለም የለም። የእግዚአብሔር ቃል እንዲህ ይላል፣ "እግዚአብሔር ሰዎችን ቅኖች አድርጎ እንደ ሠራቸው፥ እነሆ፥ ይህን ብቻ አገኘሁ፤ እነርሱ ግን ብዙ ብልሃትን ፈለጉ።" (መክ. 7፥29) ይህም እግዚአብሔር በጎና ቅኖች አድርጎ

ቢፈጥረንም፣ በሕዝቡ መካከል በራሳቸው ብልሃት የሚሄዱ ክፉም ሰዎች እንዳሉ ማወቅና መረዳት ይኖርብናል።

እንዲህ አይነት ሰዎች በሁሉም ሕዝብና ኅብረተሰብ ውስጥ አሉ፤ ይኖራሉም። በጎም የሆነውን የሚያደርጉ በጎና ቅን መልካም ሰዎችም እንዳሉና እንደሚኖሩም በኅብረተሰብ ታሪክ ውስጥ እየተከሰተ የታየና የሚታይም ሐቅ ነው።

እንግዲህ፣ አንድ መሠረታዊ የታሪክ ምስክርነት ያለውን ነገር ላንሣላችሁ። ይህም በኅብረተሰብ ታሪክ በዓለማችን ክፉም ያድርጉ መልካምም ያደረጉት፤ ክፉ ያደረጉትም ትውልድ ክፋታቸውን እየጠላውና እየተጸየፈው ይኖራል። መልካም ያደረጉትንም ትውልድ መልካምነታቸውን እየተረከው ይኖራል።

ስለዚህ፣ ክፉውን ትተን፣ በጎውንና መልካሙን ለትውልድና ለኅብረተሰብ ለማስተላለፍ ቢያስፈልግ መስዋዕትነትም ለመክፈል መዘጋጀት ይጠቅመናል። ማንኛውምን ሕዝብ በደለኛ አድርገው ለማየት የሚሞክሩ ሰዎች፣ ትክክለኛ ባልሆነ አስተሳሰብና አመለካከት የተያዙ ናቸው። ይህንን ስናይ፣ ምሁራኑም ሆኑ የሃይማኖት መሪዎችና ሃይማኖት የለሾችም በእንዲህ አይነት አመለካከት የተበከሉ መኖራቸው ብዙም የተደበቀ

55 | አበራ ተሰማ

ምስጢር አይደለም። ምክንያቱም በየኅብረተሰብ የሕዝብ ታሪክ ውስጥ የተከሰተና እየተከሰተም ያለ ስለሆነ፣ የሚያስደንቅ አይደለም።

እንዲህ አይነት ክፉ ሰዎች ሁሉ በእግዚአብሔር አምሳል እኩል የተፈጠሩ አይመስላቸውም። እንዲህ አይነቱን አመለካከት የሚያንጸባርቁ በሁሉም ኅብረተሰብ ክፍሎች ይኖራሉ።

ይህን ካልን የመንፈሳዊ ድርጅቶችና የቤተ ክርስቲያን መሪዎችም ከእዚህ አመለካከት ያልጸዱ ናቸው ለማለት በጣም አስቸጋሪ ነው እላለሁ። ሆኖም ግን፣ እግዚአብሔር ለቤተ ክርስቲያን እንዲሁም ለመንፈሳዊ ድርጅት መሪዎች የሰጠው ሥርዓትና ትእዛዝ በእግዚአብሔር አምሳል የተፈጠረውን ሰው በእኩልነት እንዲያስተዳድሩትና እንዲንከባከቡት ያዛል። ይህም ሲባል፣ በእግዚአብሔር አምሳል የተፈጠረውን ሰው በሰውነቱ በፍቅርና በትሕትና፣ በትዕግሥትና በፍትሕ እንዲመሩትና እንዲያስተዳድሩት አዟል፤ ተናግሯል። ጌታችን ኢየሱስ ክርስቶስ ብትወዱኝ ትእዛዜን ጠብቁት ያለውም ለእዚህ ነው።

እዚህ ላይ መሪ አገልጋይ ባሪያ ለመሆን እንደተጠራ አውቆ ራስን ዝቅ አድርጎ ከተከታዮች ጋር አብሮ በሁሉም ነገር ኅብረት፤ ኅብረትንና መንፈሳዊ

አንድነትን ለመጠበቅ መትጋትና ዝቅም ብሎ አብሮ በመሆን ምሳሌነትን ማሳየት የሚጠየቅበት እንደሆነ ማወቅና መረዳት ይኖርበታል።

በአገልጋይ መሪ ዝቅ ብሎ እነርሱን ለማገልገል ፈቃደኛ ያልሆነ መሪ የደቀ መዛሙርቱን ኢየሱስን እየተከተሉ የነበራቸውን እኔ፤ እኔ እበልጥ የማለት መሪነት ከእግዚአብሔርም ጋር ሆነ ከሰው ጋር የሚለያየን የማይጠቅመን የሕይወትና የመሪነት ጎዳና ስለሆነ እኛ እኔ በሚለው ማንነታችን ውስጥ እኔነት መሞት ይኖርበታል። ዛሬ በብዙ ቦታዎች በመንፈሳዊ ድርጅቶችና በአብያተ ክርስቲያናት የሚታየው ችግር ሁሉ የእኔነት ችግር እንደሆነ መዘንጋት የለበትም።

ጌታችን ኢየሱስ ክርስቶስ የስንዴ ቅንጣት በምድር ወድቃ ካልሞተች፣ ብቻዋን ትቀራለች ያለው ቃል፣ በእኛ በመሪዎች ሕይወት እኛ ሞተን ኢየሱስ ክርስቶስ እንዲታይ የአገልጋይ ውበቱ መሆን አለበት። ሐዋርያው ጳውሎስ ክርስቶስ በልባችሁ እንዲሳል ይላል። እኛ በእዚህ ዘመን የብዙ መሪዎች ችግር እኛን በሕዝቡ ልብ ልንሳል እንፈልጋለን እንጂ፣ ክርስቶስ በምንመራው ሕዝብ እንዲሳል አይደለም። ይህም ለመሪ አገልጋይ ውድቀት እንጂ በረከት አይደለም። በረከት ክርስቶስ በልባችን ሲሳልና ባለጠጋ የሆነው እግዚአብሄርን በመታመን እንጂ፤ ሀብትና ንብረት በማከማቸት አይደለም። ሀብትና ንብረት ማከማቸት ቢሆን ኖሮ፣ ያዕቆብ ካልባረክኸኝ

አለቅህም ብሎ ባልጸለየም ነበር። የእግዚአብሔር ቃል፣ በእግዚአብሔር የታመነ እምነቱም በእግዚአብሔር የሆነለት ብሩክ ነው። (ኤር 17፥7) የሚለው ለእዚህ ነው።

መሪነት የምሳሌነት ሕይወት ሲሆን ኢየሱስን የመግለጥና ራስን ዝቅ አድርጎ ተከታዮቹን ለመምራት የተዘጋጀ መሪ መሆን አለበት፡የመንፈሳዊ ድርጅትም ሆነ የቤተ ክርስቲያን የመጀመሪያው ትልቅ ችግር ከላይ ካለው ካልሆነ ከአምላኩ ከእግዚአብሄርና ከሚመራው ሕዝብም ይለየዋል። በሽሚያና በእኔ እበልጥነት የሚሄድ ለመንፈሳዊ ሕይወት እንዲሁም ከእግዚአብሔር ጋር ያለንን ጤናማ ሕይወታችንን የሚጎዳ እንደሆነ ልናውቀው ይገባል።

አገልግሎታችን ለእግዚአብሔር ክብር፣ ለሕዝብ በረከትና ማነጽ መሆኑን ቆም ብለን መፈተሽና መመርመር መልካም ይሆናል። እውነተኛ አገልግሎት በእግዚአብሔር ቃልና በመንፈስ ቅዱስ ጸጋ የሚመሠርትና የሚያንጽ ሲሆን ነው።

መሪዎች በቃል ምሳሌነት ይኑረን

የእግዚአብሔር ቃል እንደሚለው መሪዎች በቃል ምሳሌነት ይኑረን።

የእግዚአብሔር ቃል በቃልና በኑሮ ምሳሌ መሆን እንዳለብን በብዙ ቦታዎች ይመክረናል። “ቃሉን የምታደርጉ ሁኑ እንጂ ራሳችሁን እያሳታችሁ የምትሰሙ ብቻ አትሁኑ።” (ያዕ. 1፥22)

እንዲሁም በሌላ ቦታ ጌታችን ኢየሱስ ክርስቶስ የሚወደኝ ቃሌን ይጠብቃል በማለት ይናገራል። መሪዎች የምንናገረው ቃል ለሌሎች መልካም ምሳሌ መሆን አለበት። የምንናገረው ቃል የሚሰብር ወይም የሚያንጽና የሚያጽናና፣ የሚመክርና የሚገስጽ ሊሆን ይችላል። ተከታዮች ለመሪዎች ቃል የሚሰጡት ክብደት ቀላል ስላልሆነ፣ መሪዎች ለሚናገሩት ቃል መጠንቀቅ ይኖርባቸዋል።

“ማንም ሰው የሚናገር ቢሆን፥ እንደ እግዚአብሔር ቃል ይናገር፤ የሚያገለግልም ቢሆን፥ እግዚአብሔር በሚሰጠኝ ኃይል ነው ብሎ ያገልግል፤ ክብርና ሥልጣን እስከ ዘላለም ድረስ ለእርሱ በሚሆነው በኢየሱስ ክርስቶስ በኩል እግዚአብሔር በነገር ሁሉ ይከብር ዘንድ፤ አሜን።” (፩ኛ ጴጥ. 4፥11)

መሪዎች ተከታዮቻቸው ለቃላቸው የሚሰጡት ክብደት ቀላል ስላልሆነ፣ በሁሉም ነገር ምሳሌነት ይጠብቅባቸዋል። መሪዎች ይህን በቃል ምሳሌነታቸውን ተከታዮች ሲመለከቱ፣ እግዚአብሔር ይከብራል። ፍቅርና አንድነት፣ መተሳሰብ እየበዛና እየጨመረ ይመጣል።

“እንዲሁም እያፈቀርናችሁ የእግዚአብሔርን ወንጌል ለማካፈል ብቻ ሳይሆን የገዛ ነፍሳችንን ደግሞ እናካፍላችሁ ዘንድ በጎ ፈቃዳችን ነበረ፥ ለእኛ የተወደዳችሁ ሆናችሁ ነበርና።” (፩ኛ ተሰ. 2፥8)

“በእግዚአብሔር ፊት በሕያዋንና በሙታንም ሊፈርድ ባለው በጌታ በኢየሱስ ክርስቶስ ፊት፥ በመገለጡና በመንግሥቱም እመክርሃለሁ፤ ቃሉን ስበክ፥ በጊዜውም አለጊዜውም ጽና፥ ፈጽመህ እየታገሥህና እያስተማርህ፥ ዝለፍና ገሥጽ ምከርም። ሕይወት የሚገኝበትን ትምህርት የማይታገሡበት ዘመን ይመጣልና፤ ነገር ግን ጆሮቻቸውን የሚያሳክክ ስለ ሆነ፥ እንደ ገዛ ምኞታቸው ለራሳቸው አስተማሪዎችን ያከማቻሉ። እውነትንም ከመስማት ጆሮቻቸውን ይመልሳሉ፥ ወደ ተረትም ፈቀቅ ይላሉ። አንተ ግን ነገርን ሁሉ በልክ አድርግ፥ መከራን ተቀበል፥ የወንጌል ሰባኪነትን ሥራ አድርግ፥ አገልግሎትህን ፈጽም።” (፪ኛ ጢሞ. 4፥1-5)

“የእግዚአብሔር ቃል በሙላት ይኑርባችሁ። በጥበብ ሁሉ እርስ በርሳችሁ አስተምሩና ገሥጹ። በመዝሙርና በዝማሬ በመንፈሳዊም ቅኔ በጸጋው በልባችሁ ለእግዚአብሔር ዘምሩ። እግዚአብሔር አብን በእርሱ እያመሰገናችሁ፥ በቃል ቢሆን ወይም በሥራ የምታደርጉትን ሁሉ በጌታ በኢየሱስ ስም አድርጉት።” (ቆላ. 3፥16-17)

በኑሮ የመሪ ምሳሌነት

ጌታችን መድኃኒታችን ኢየሱስ ክርስቶስ በኑሮ ምሳሌነትን ለማሳየት ከምድር አይደለም ከሰማይ ከፍ ያለው ጌታ ወደ እዚህ ምድር ዝቅ ብሎ በበረት ግርግም መወልዱን እናውቃለን።በተጨማሪም ሁሉንም የሰው ልጆች በመውደድና ዝቅ ብሎ በቃልና በኑሮ እንዳስተማረ ከላይ ተመልክተናል።

የእውነተኛ አገልጋይ መሪ የሚለካው በኑሮው የሚታየው ፍሬ መሆን አለበት። በየዘመናቱ በመንፈሳዊ ድርጅቶችና ቤተ ክርስቲያን ታሪክ እንደ ዓለማዊ መሪዎች ከፍ ብለው መታየትን የሚወዱ፣ ራሳቸውን እንጂ እግዚአብሔርንና ሕዝቡን ያገለገሉ መስሏቸው ግን ያላገለገሉ እንደነበሩና ዛሬም እንዳሉ ልናውቅ ይገባናል። እንደዚህ አይነት መሪዎች የምድሩን ይዘው የሰማዩን ያጡ ሞያተኞች መሆናቸውን ማን በነገራቸው፡ከዚህ አይነት ውድቀት እግዚአብሔር ይጠብቀን።

አገልጋይ መሪ ባሪያ ስለሆነ በኑሮው ዝቅ ብሎ የሚያገለግል ለሚከተሉትም ምሳሌነቱን የሚያሳይ መሆን ይኖርበታል። በእዚህም ዘመን ዝቅ ብሎ አገልጋይ ባሪያ መሆን እንደ ሞኝ የሚያስገምት ቢሆንም ግን ዝቅ ብሎ

ባሪያ አገልጋይ መሆን የሚያዋጣና የሚያዛልቅ እውነት እንደሆነ መረዳት ይጠቅማል።

ጌታችን ኢየሱስ ክርስቶስ ለደቀ መዛሙርቱ እንዲህ አላቸው፡- "ኢየሱስ ግን ወደ እርሱ ጠርቶ እንዲህ አላቸው። የአሕዛብ አለቆች እንዲገዙአቸው ታላላቆቹም በላያቸው እንዲሠለጥኑ ታውቃላችሁ። በእናንተስ እንዲህ አይደለም፤ ነገር ግን ማንም ከእናንተ ታላቅ ሊሆን የሚወድ የእናንተ አገልጋይ ይሁን፥ ከእናንተም ማንም ፊተኛ ሊሆን የሚወድ የእናንተ ባሪያ ይሁን፤ እንዲሁም የሰው ልጅ ሊያገለግል ነፍሱንም ለብዙዎች ቤዛ ሊሰጥ እንጂ እንዲያገለግሉት አልመጣም።" (ማቴ. 20፥25-28) ይህም ዛሬም እውነተኛ አገልግሎት ዝቅ ብለን በትሕትና ባሪያ ሁነን የምንመራ እንድንሆን የእግዚአብሔር የአምላካችን በጎ ፈቃዱ ነው።

ይህን እውነት ጥለው በየዘመናቱ ራሳቸውን ከፍ በማድረግ በእግዚአብሔር በታ ሆነው የሰይጣን ዲያቢሎስን አሳብ አገልግለው ራሳቸውን እንደጎዱ ይሁዳ እስቆርቱ የመሳሰሉ የሐዋርያቱን ስያሜ ይዞ የኢየሱስ አገልጋይ ሳይሆን፣ ኢየሱስን ለገንዘብና ለጥቅም የሚከተል የሰይጣን ዲያቢሎስ አገልጋይ እንደነበረ እናስታውሳለን፡ፍጻሜውም ሰይጣን ወደ ተጣለበት ነው የሆነው።

በፍቅር የመሪ ምሳሌነትን ማሳየት

በመሪነት አገልግሎት በፍቅር ካልሆነ ድካማችን ሁሉ ከንቱ ሊሆን እንደሚችል፤ መሪ አገልጋይ ከአገልግሎቱ በፊት መረዳትና ማወቅ አለበት። ጌታችን ኢየሱስ ክርስቶስ በአገልግሎቱ በጣም የሚያስገርመው ኃጢአታቸውን እየጠላ ሰዎችን ሁሉ መውደዱና በፍቅር ማገልገሉ፤ ሁሉንም መንፈሳዊ መሪዎችንም የፖለቲካ መሪዎችንም የሚያስደንቃቸው ነበር። ደቀ መዛሙርቱንም ሲመከር በፍቅሬ ኑሩ እያለ ያስተምራቸው ነበር።

እንግዲህ፣ ሁሉንም ሰው በመውደድና በማፍቀር የሚኖር ሕይወትን የሚጠይቅ ነው። "እርሱ ስለ እኛ ነፍሱን አሳልፎ ሰጥቶአልና በዚህ ፍቅርን አውቀናል፤ እኛም ስለ ወንድሞቻችን ነፍሳችንን አሳልፈን እንድንሰጥ ይገባናል።" (1ኛ ዮሐ. 3፥16)

ሐዋርያው ጳውሎስ በእግዚአብሔር ቃል እንዲህ ይመክረናል፦ "በሰዎችና በመላእክት ልሳን ብናገር ፍቅር ግን ከሌለኝ እንደሚጮኽ ናስ ወይም እንደሚንሽዋሽዋ ጸናጽል ሆኜአለሁ። ትንቢትም ቢኖረኝ ምሥጢርንም ሁሉና እውቀትን ሁሉ ባውቅ፥ ተራሮችንም እስካፈልስ ድረስ እምነት ሁሉ ቢኖረኝ ፍቅር ግን ከሌለኝ ከንቱ ነኝ። ድሆችንም ልመግብ ያለኝን ሁሉ

ባካፍል፥ ሥጋዬንም ለእሳት መቃጠል አሳልፌ ብሰጥ ፍቅር ግን ከሌለኝ ምንም አይጠቅመኝም።" (1ኛ ቆሮ. 13፥1-3)

ይህ እውነት ሳይገባቸው የሚያገለግሉ ሁሉ ሥራቸው የሚቃጠል እንደሆነ ግልጽ ነው። እኛም በእዚህ ዘመን ያለን ዝቅ ብለን ሁሉንም በፍቅር ለማገልገልና የባሪያ አገልጋይ ምሳሌ ለመሆን በጸጋው እንዲረዳን ጸሎቴና መሻቴ ልመናዬም ነው።

የፍቅር ሰዎች መታወቂያም መለጠፍ የለባቸውም፤ በመንጋው መካከል በቀላሉ ይታወቃሉ። እንዲህም በመሆናቸው ጌታ ኢየሱስን እንደገፉትና ሐዋርያው ጳውሎስን እንዳሳደዱም ሸልከው የሚገቡ ሊገቷቸውና ሊያሳድ ዷቸው ይችሉ ይሆናል። ነገር ግን፣ ፍቅር እውነት ስለሆነ፣ በፍቅር ምሳሌ የሆኑ መሪዎች ፍጻሜያቸው የበረከትና የድል እንደሆነ ታሪክ ይመሰክራል።

አገልግሎት እግዚአብሔርንና ሰውን በመውደድ ካልሆነ፣ ድካማችን ከንቱ እንደሆነ በእግዚአብሔር ቃል በግልጽና በማያሻማ ሁኔታ ተጽፎልናል። በፍቅር ምሳሌ ለመሆን ጌታ ይርዳን።

መሪዎች በእምነታቸው ምሳሌነት ማሳየት አለባቸው

በእዚህ በእምነት ምሳሌነት ከሚለው ስንነሣ፣ እምነት በእግዚአብሔር ላይ ያለ እምነት እንደሆነ ከሁሉም በፊት መረዳት አለብን።

በአንተ ታምናለችና በአንተ ለምትደገፍ ነፍስ ፈጽመህ በሰላም ትጠብቃታለህ። ጌታ እግዚአብሔር የዘላለም አምባ ነውና ለዘላለም በእግዚአብሔር ታመኑ። (ኢሳ 26፥2_4) እንዲሁም፣ በትንቢተ ኤርምያስ ምዕራፍ 17፡7 በእግዚአብሔር የታመነ እምነቱም እግዚአብሔር የሆነ ሰው ቡሩክ ነው ይላል። መሪ በእምነት ምሳሌ መሆን ያለበት ለእዚህ ነው። የመንፈሳዊ ድርጅትም ሆነ የቤተ ክርስቲያን መሪዎች በእምነት መምራት የሚጠበቅባቸው መንፈሳዊ ኃላፊነት ነው። በዚህም ምክንያት፣ ሙሴ በፊት ለፊት የኤርትራ ባህር ከኋላው የፈርዖን ሠራዊት፣ ከፊትም ከኋላም አስፈሪ የሚመስል ሁኔታ ሲከባቸው በእምነት ሙሴ እንዲህ አለ፡- “ሙሴም ለሕዝቡ። አትፍሩ፥ ዛሬ የምታዩአቸውን ግብፃውያንን ለዘላለም አታዩአቸውምና ቁሙ፥ ዛሬ ለእናንተ የሚያደርጋትን የእግዚአብሔርን ማዳን እዩ። እግዚአብሔር ስለ እናንተ ይዋጋል፥ እናንተም ዝም ትላላችሁ አላቸው።” (ዘጸ. 14፥13-14)

እዚህ ላይ ማስተዋል ያለብን፣ ሙሴ እንደመራቸው ሕዝቡ እግዚአብሔርን እንዲታመንና ጸንቶም እንዲቆም ሲያበረታታቸው እናያለን።

በእግዚአብሔር መታመን ሁሉን ለእርሱ አሳልፎ በመስጠት የሚገኝ የድል መንገድ እንጂ፤ የሰው ጥበብና ፍልስፍናም አይደለም። እግዚአብሔር የእምነት አርበኞች በሚል በዕብራውያን መልእክት ምዕራፍ አሥራ አንድ የተዘረዘሩትን በብዙ መከራና በእግዚአብሔር በመታመን የተቀዳጁት ድል ነው።

መሪዎች ጥቂት ወይም ትንሽ በሚመስል ነገር፣ ትልቁን እግዚአብሔር በመታመን ለሚመሩት የምሳሌነት ሕይወት ማሳየት አለባቸው። እግዚአብሔር መልካም ነው በመከራም ቀን መሸሸጊያም ነው። በእርሱ የሚታመኑትንም ያውቃል ይላል። በአምላኩ ታምኖ ነበርና አንበሶቹም አልጎዱትም ይላል።

መሪዎች አስቸጋሪ በሚመስል ሁኔታዎች ሁሉ፣ እግዚአብሔርን በመታመን ምሳሌዎች መሆን ይጠበቅባቸዋል። ሐዋሪያው እኛ በእምነት እንጅ በማየት አንመላለስም የሚለው በእዚህ ምክንያት ነው። እምነት በእግዚአብሔር ላይ መደገፍ፣ ራስን መጣል ነው።

♣♣♣♣♣♣♣♣♣♣♣♣

ክፍል 2

መሪነት በመጽሐፍ ቅዱስ እይታ

መሪዎች በንጽሕና ምሳሌ መሆን

በዘመናችን በመንፈሳዊ መሪዎችም ሆነ በዓለማዊ መሪዎች፣ ትልቅ የንጽሕና ውድቀትና ዝቅጠት ያለበት ዘመን ስለሆነ፤ እኔ ዛሬ የማተኩረው በመንፈሳዊ መሪዎች ዙሪያ ይሆናል። ይህንን ስል፣ እንኳንስ በዓለማዊ ያሉትን በእግዚአብሄር ቤተ ክርስቲያን ብዙ መሪዎች የሚታዩት ዘግናኝ በሆኑ ዝቅጠቶች ውስጥ ነው።

መሪ በሁሉም አቅጣጫ በንጽሕና ምሳሌ መሆን ስላለበት ነው። ሲፈጠር ንጹሕና ቅዱስ የነበረው ሉሲፈር፤ በሥልጣን፣ በትዕቢት፣ በርኩሰት፣ በንግድ ብዛት፣ በዝናና ክብር፣ በገንዘብ ወዘተ የተጣለባቸው ኃጢአት ዛሬ በብዙ መሪዎች እንደ ትክክል እየመሰለ፤ ብዙዎችን በእግዚአብሄር ቤት ያሉ አስመስሎ የሰይጣን ዲያቢሎስ አሳብ አገልጋዮች አድርጎዋቸዋል። ዛሬ በአንዳንድ የዓለም ክፍሎችና በአፍሪካና በምድራችን በኢትዮጵያም የሚታየው፤ ሐዋርያ የሚለውን ስም ይዞ፣ ኢየሱስን ለመሸጥ ይከተለው እንደ ነበረ ነው። ኢየሱስም ከእናንተ አንዱ ዲያቢሎስ ነው እያለው ንስሐ

68 | አበራ ተሰማ

ባለመግባት ራሱን በመግደል ወደ ሲዖል ሄደ። ይህ ለእኛ ለትምህርታችን ተጽፎልናል። ጌታችን ኢየሱስ ክርስቶስ የሰው ልጆችን ከኃጢአት ለማዳን እንጂ፣ ለአልግሎት ስያሜያችን አልሞተም።

እስቲ በአዲስ ኪዳን ጥቂት ማስጠንቀቂያዎችን ለምሳሌ ያህል እንመልከት።

1) የገንዘብ ፍቅርን አስመልክቶ የተሰጡት ማስጠንቀቂያዎች፤ ጌታችን ኢየሱስ እንዲህ አለ፦ ለሁለት ጌቶች መገዛት የሚቻለው ማንም የለም፤ ወይም አንዱን ይጠላል ሁለተኛውንም ይወዳል፤ ወይም ወደ አንዱ ይጠጋል ሁለተኛውንም ይንቃል፤ ለእግዚአብሔርና ለገንዘብ መገዛት አትችሉም። (ማቴ 6፥24)

ነገር ግን ሐሰተኞች ነቢያት ደግሞ በሕዝቡ መካከል ነበሩ እንዲሁም በመካከላችሁ ደግሞ ሐሰተኞች አስተማሪዎች ይሆናሉ፤ እነርሱም የዋጃቸውን ጌታ እንኳ ክደው የሚፈጥንን ጥፋት በራሳቸው ላይ እየሳቡ የሚያጠፋ ኑፋቄን አሹልከው ያገባሉ፤ ብዙዎችም በመዳራታቸው ይከተሉአቸዋል በእነርሱም ጠንቅ የእውነት መንገድ ይሰደባል። ገንዘብንም በመመኘት በተፈጠረ ነገር ይረቡባችኋል፤ ፍርዳቸውም ከጥንት ጀምሮ አይዘገይም ጥፋታቸውም አያንቀላፋም። (1ኛ ጴጥ. 2፥1-3)

ዳሩ ግን ባለ ጠጎች ሊሆኑ የሚፈልጉ በጥፋትና በመፍረስ ሰዎችን በሚያሰጥምና በሚያሰንፍ በሚጎዳም በብዙ ምኞትና በፈተና በወጥመድም ይወድቃሉ። ገንዘብን መውደድ የክፉት ሁሉ ሥር ነውና፥ አንዳንዶች ይህን ሲመኙ፥ ከሃይማኖት ተሳስተው በብዙ ሥቃይ ራሳቸውን ወጉ። (1ኛ ጢሞ. 6፥9-10)

እንግዲህ በምድር ያሉቱን ብልቶቻችሁን ግደሉ፥ እነዚህም ዝሙትና ርኵሰት ፍትወትም ክፉ ምኞትም ጣኦትንም ማምለክ የሆነ መጎምጀት ነው። በእነዚህም ጠንቅ የእግዚአብሔር ቍጣ በማይታዘዙ ልጆች ላይ ይመጣል። (ቆላ. 3፥5-6)

ይህን እወቁ፤ አመንዝራም ቢሆን ወይም ርኵስ ወይም የሚመኝ እርሱም ጣዖትን የሚያመልክ በክርስቶስና በእግዚአብሔር መንግሥት ርስት የለውም። (ኤፌ. 5፥5)

የሥጋ ሥራም የተገለጠ ነው እርሱም ዝሙት፥ ርኵሰት፥ መዳራት፥ ጣዖትን ማምለክ፥ ምዋርት፥ ጥል፥ ክርክር፥ ቅንዓት፥ ቁጣ፥ አድመኛነት፥ መለያየት፥ መናፍቅነት፥ ምቀኝነት፥ መግደል፥ ስካር፥ ዘፋኝነት፥ ይህንም የሚመስል ነው። አስቀድሜም እንዳልሁ፥ እንደዚህ ያሉትን የሚያደርጉ የእግዚአብሔርን መንግሥት አይወርሱም። (ገላ. 5፥19-21)

እኔ እግዚአብሔር ነኝ ብሎ አዋጅ እየነገረ በእግዚአብሔር ቤተ መቅደስ እስኪቀመጥ ድረስ፥ አምላክ ከተባለው ሁሉ፥ ሰዎችም ከሚያመልኩት ሁሉ በላይ ራሱን ከፍ ከፍ የሚያደርገው ተቃዋሚ እርሱ ነው። (2ኛ ተሰ. 2፥4)

በአሁኑ ጊዜ በአፍሪካና በአንዳንድ አህጉራት፤ በአገራችን በኢትዮጵያም የሚታየው የንጽሕና መሪዎች ምሳሌ አለመሆን፤ በገንዘብ ንዋይ፣ በዝሙት፣ በክብር ራስን ከፍ ከፍ ማድረግ ክርስቶስ የሞተላትን ነፍሳት ለግል ጥቅም ለማዋል ይደረጋል። በ1980ዎቹ በእዚህ በአሜሪካን አገር የነበረ ግርግር ነበር። ወደ 41 ነቢያትና ወንጌላውያንን ጋዜጠኞች እያጋለጡ ወደ እስር ቤት ገቡ። ዛሬ ለአሜሪካን አገር የክርሰትና እምነት ትልቅ ውድቀት ያስከተለና ዛሬ ቤተ ክርስቲያንን እያሸጠ ያለው ውድቀት ይህ ስለሆነ ነው፤ እዚህ ላይ ቆም ብለን በምድራችን ያለውን የመሪዎችን የንጽሕና ጉድለት የሚያስከትለውን መዘዝና ጉዳት መሪዎች የሆንን ሁሉ፣ በጽድቅና በቅድስና ላይ ቆመን መሥዋዕት ለመክፈል፣ ለወንጌል እውነትም ዋጋ ለመክፈል መዘጋጀት አለብን። አለበለዚያ ትልቅ ጉዳት በቤተ ክርስቲያንና በኅብረተሰብ እንደሚያመጣ የማያጠራጥር ሐቅ ነው። በየትኛውም ዘመን በመሪዎች የሚመጣው ጉዳት በሕዝብ ላይ ብዙ ጉዳት እንደሚያስከትል ከታሪክ መማር ይበቃል።

ሰይጣን የእግዚአብሔርን ሕዝብ ለመጉዳት የዳዊትን ልብ አነሣሣው ይልና፤ በዚህም የሰይጣን አሳብ ሰባ ሺህ ሰዎች ሞቱ ይላል።

እንዲሁም፣ ሰይጣን በሐዋርያው ጴጥሮስ ለጌታ ያዘነ አስመስሎ፤ የእግዚአብሔርን መገለጥ የተቀበለው ጴጥሮስ፣ ወዲያው የሰው አሳብ አስመስሎ ሰይጣን ኢየሱስ የመጣበትን የመስቀል ሞት በጴጥሮስ በኩል ወደ ኢየሱስ ሲመጣ እናያለን። ጌታ፣ ሰይጣን ወደ ኋላዬ ሂድ፣ የሰውን እንጅ የእግዚአብሔርን አታይምና ያለው በእዚህ ምክኛት ነው። ሐዋርያው ጳውሎስ የሰውንም አሳብ በእግዚአብሔር እውቀት ላይ የሚነሣውን ከፍ ያለውን ነገር ሁሉ እናፈርሳለን፤ ለክርስቶስም ለመታዘዝ አእምሮን ሁሉ እንማርካለን ይላል። (ማቴ. 16፥23፣ 2ኛ ቆሮ. 10፥5)

የመሪዎች በንጽሕና ምሳሌዎች ለመሆን፣ ከላይ በዘረዘርኳቸውም ሆነ በሌሎች ራስን መጠበቅ ይጠበቅብናል።

መሪዎች በኑሮ ቀላልና (ሲምፕል) ምሳሌዎች ሊሆኑ ይገባል

ባለፈው እንደገለጽኩት በአለፉት ዘመናት መንፈሳዊ መሪዎች ትልቅ ለውጥና ታሪክ ሠርተው ያለፉት፣ በመጠን ኑሮን የኖሩና ቀለል ያደረጉ ናቸው። መጽሐፍ ቅዱሳችንም ይህን ይመክረናል።

ኑሮዬ ይበቃኛል ለሚለው ግን እግዚአብሔርን መምሰል እጅግ ማትረፊያ ነው፤ (1ኛ ጢሞ. 6፥6)

በመጠን ኑሩ ንቁም፥ ባላጋራችሁ ዲያብሎስ የሚውጠውን ፈልጎ እንደሚያገሣ አንበሳ ይዞራልና፤ (1ኛ ጴጥ. 5፥8)

ይህን ስል ስለ ጉድለት አልልም፤ የምኖርበት ኑሮ ይበቃኛል ማለትን ተምሬአለሁና። (ፊል. 4፥11)

የጌታችን የኢየሱስ ክርስቶስ አገልግሎት መሪነት ምሳሌነቱ መንፈሳዊ የሆኑትን ብቻ ሳይሆን፤ እንደ እነ ማኅተመ ጋንዲ የኢየሱስን መሪነት እያደነቁ፣ ሕንድን ከድህ ቤተሰብ ተነሥቶ የሕንድን አገር ታሪክ የተወላቸው ነው።

ብዙ መሪዎች ኑሮን በቀላሉ ይጀምሩና እንደ ሰሎሞን ሁሉ ሲሞላላቸው፤ ለእዚህ ክብር ያበቃቸውን አምላክና ጌታ ይረሳሉ። ይክዳሉም። ከእዚህ ይጠብቀን።

በመንፈሳዊውም ሆነ በፖለቲካው ዓለም ኑሮአቸው ቀላልና በመጠን የሚኖሩ፤ በሚመሩት ኅብረተሰብ ትልቅ የታሪክ ውጤት አስመዝግበዋል። እነርሱም ከእዚህ ዓለም ካለፉም በኋላ፣ ተከታዮችን የሞራልና የድፍረት መስዋዕትነት ዋጋን ሲከፍሉ ታይተዋል።

ለአንድ መንፈሳዊ መሪ በመጠን መኖር አንዱ ሥነ ሥርዓት፣ የዲሲፕሊን ሕይወት የሚጠበቅበትና የሚያስፈልግበት እንደሆነ ሊታወቅ ይገባል።

ጌታችን ኢየሱስ ክርስቶስ ኑሮን በቀላሉ በማድረጉ፣ እስካሁን ድረስ በመንፈሳዊውም ሆነ በዓለማዊው መሪዎች ዘንድ፣ ያላመኑትም እንኳን ያደንቁታል። ከፍ ያለ ሆኖ ሳለ፣ ዝቅ ብሎ፤ ሁሉ እንደተሰጠው እያወቀ፣ ራሱን ባዶ አደረገ። ሁሉን እያወቀ፣ የዋህና ትሑት እየሆነ፤ የሁሉ ፈጣሪ ሆኖ ሳለ፣ ምንም እንደሌለው መሰለ። የሚለመን አምላክና ጌታ ሆኖ ሳለ፣ ፍጡርን የሚጠጣ ውኃ ሲለምን፤ የጌታችን የመጠን ኑሮ በየትኛውም ትውልድ ዘልቆ የሚሄድ እውነተኛ የመሪ ምሳሌ እንደሆነ፣ ትውልድ ሁሉ እስኪጠቃለል ድረስ የሚነገርለት የመሪዎች ሁሉ ቁንጮ ሆኖ ይኖራል።

መሪዎች በጸሎት ምሳሌ መሆን አለባቸው

ወደ ተቀደሰ ተራራዬ አመጣቸዋለሁ፥ በጸሎቴም ቤት ደስ አሰኛቸዋለሁ፤ ቤቴ ለአሕዛብ ሁሉ የሚሆን የጸሎት ቤት ይባላልና የሚቃጠለውን መሥዋዕታቸውንና ሌላ መሥዋዕታቸውን በመሠዊያዬ ላይ እቀበላለሁ። (ኢሳ. 56፥7)

ለመሪ የእግዚአብሔር ቃልና ጸሎት ሕይወቱ፣ እስትንፋሱ፣ ከአምላኩና ከመንፈስ ቅዱስ ጋር ኅብረትን፣ አንድነትን፣ ሓልኦነትን የሚያገኝበት ስፍራና ቦታ እንደሆነ ማመንና ማወቅ ከመሪ የሚጠበቅ እውነት ነው።

ከአንድ መሪ አምልኮና ጸሎት፣ የእግዚአብሔር ቃል ከሌለውና ከጠፋ፤ ያ መሪ ቆም ብሎ የት ላይ እንደወደቀ አስተውሎ፣ በንስሐ በመመለስ ማስተካከል ይኖርበታል።

እኛ ግን ለጸሎትና ቃሉን ለማገልገል እንተጋለን። (የሐዋ ሥራ 6፥4)

ስለዚህ ስለ እናንተ ስላለ መከራዬ እንዳትታክቱ እለምናችኋለሁ፥ ክብራችሁ ነውና። ስለዚህ ምክንያት በሰማይና በምድር ያለ አባትነት ሁሉ ከሚሰየምበት ከአብ ፊት እንበረከካለሁ፤ (ኤፌ. 3፥13-15)

እግዚአብሔር ለእኛ ያዘጋጀውን መንፈስ ጸልዩ ብሎን ባለመጸለያችን ብዙ ድሎችን፤ የድሎች መልሶችን እንዳንቀበልና እንዳንቀዳጅ እንሆናለን።

ጌታም፣ ወደ ደቀ መዛሙርቱም መጣ፤ ተኝተውም አገኛቸውና ጴጥሮስን። እንዲሁም ከእኔ ጋር አንዲት ሰዓት እንኳ ልትተጉ አልቻላችሁምን? ወደ ፈተና እንዳትገቡ ትጉና ጸልዩ፤ መንፈስ ተዘጋጅታለች ሥጋ ግን ደካማ ነው አለው። (ማቴ. 26፥40-41)

እንግዲህ ሊመጣ ካለው ከዚህ ሁሉ ለማምለጥ፥ በሰው ልጅም ፊት ለመቆም እንድትችሉ ስትጸልዩ ሁል ጊዜ ትጉ። (ሉቃ. 21፥36)

ጌታችን መድኃኒታችን ኢየሱስ ክርስቶስ መሪነቱን ለሚከተሉት የጸሎትን አስፈላጊነት ዕለት በዕለት ከአባቱም ጋር በማለዳ በምሽት ሌሊቱን በሙሉ በተግባር ያሳያቸው ነበር። እኛም ዛሬ በዚህ ዘመን ያለን የእግዚአብሔር መርህ እንደማይለወጥ አውቀን ጸላይ መሪዎች እንድንሆን ይጠበቅብናል። "Apostle Guillermo Maldonando reminds us that prayer is: First and foremost a place in the Spirit where we are united with our heavenly Father and are empowered for His purposes. BREAKTHROUGH PRAYER በሚለው መጽሐፋቸው መሪ ያለ ጸሎት መንፈሳዊ ኃይልን ሊቀበል አይችልም።በጸሎት ከሰማይ ከአባታችን ከእግዚአብሔር መቀበል ይኖርበታል።አለበለዚያ የእግዚአብሔርን ሥራ መሥራት አይቻልም በማለት በዝርዝር በስፋት በመጽሐፋቸው ጽፈዋል።

በመጽሐፍ ቅዱሳችንም ነቢዩ ዳንኤል ለሰላሳ ቀናት ወደ አምላክ መጸለይ አይቻልም በተባለ ጊዜ፣ ምንም እንኳን ሕጉ ወደ አንበሶች ጉድጓድ የሚያስጥል ሕግ ቢሆንም፤ ዳንኤል ግን በቀን ሦስት ጊዜ መጸለይን ያለማቋረጥ ከአምላኩ ጋር ያለውን ኅብረት ማቋረጥ አልቻለም።

ምክንያቱም ያለጸሎት ማገልገልና መምራት ስለማይቻል ነው። በአሁኑ ዘመን በዓለማችን ብዙ መንፈሳዊ መሪዎች ተናጋሪዎች እንጂ ጸላዮች አይደሉም። በንግግር ችሎታቸው የሚታወቁ በጣም ብዙዎች ናቸው። በጸሎት የሚታወቁት ግን በጣም ጥቂቶች ናቸው። ዶ/ር ላሪ ሊ የጸሎት ሐዋርያ የሚባል ቅፅል ስም ያለው፣ የአማኝ ሕይወት ሁሉ የጸሎት ቤት ሕይወት መሆን አለበት ይላል። ቤቴ ለአሕዛብ ሁሉ የጸሎት ቤት ይሆናል ብሎ ነቢይና ጌታችን ኢየሱስ ክርስቶስ የተናገረውን መሠረት በማድረግ አማኝን ሁሉ ጸላይ እንዲሆን ይመክራል።

ቢል ብራይት የተባሉት ዓለም አቀፍ የታላቁ ተልዕኮ(ካምፓስ ክሩሴድ) መሥራች፣ አራት ጊዜ አርባ ቀን በፈሳሽ ብቻ በጾምና ጸሎት በመቆየት የታወቁት አባት ነበሩ።እንዲህ በማለትም ለአገልጋይ መሪዎች ይመክራሉ። ያለ ጸሎት የእግዚአብሔርን ህዝብ ልታገለግል ልትመራ አትችልም። የራስህን አሳብ ይዘህ ጌታችን ኢየሱስ ክርስቶስ እንደ ተናገረው ዕውር ዕውርን ቢመራው ሁለቱም ተያይዘው ወደ ጉድጓድ ይገባሉ። ያለ ጸሎትም እመራለሁ የሚል መሪ እንዲሁ ያለ አምላክ ምሪት በራሱ አሳብ ወደ ጥፋቱ ይሄዳል ብለዋል።

እኚህ አባት ቢል ብራት በሁለት ሰው የተጀመረ አገልግሎታቸው እርሳቸው ወደ ጌታ ሲሄዱ ስድስት ሺህ አገልጋዮች በዓለም ዙሪያ አፍርተው ያንቀላፉ አባት ናቸው። ይህ ሁሉ መከናወን በጾምና ጸሎት ወንጌልን በመንፈስ ቅዱስ ኃይል ለማዳረስ የሚሲዮን ሥራን እንዲሠራ በማድረጋቸው ነው። ምክራቸውም ያለ ጸሎት የእግዚአብሔር ሥራ አይሠራም ነው።

የጸሎት ጊዜ ለመሪ አገልጋይ የሚያስገኘው ጥቅም

1. ከእግዚአብሔር ጋር በመሆን መንፈሳዊ ኃይልና ድፍረትን ለማግኘት። (ማቴ. 14፥23፣ ዳን. 6፥10-12)
2. ጌታችን ኢየሱስ ክርስቶስ በማለዳ ከአባቱ ጋር በጸሎት ያሳልፍ ነበር። ይህንን የሚያደርገው ፍቃዱን ለማገልገል ነበር። (ማር. 1፥35)
3. በመንፈስ ቅዱስ ኃይል የመጸለይ ምስጢር በፈተና መጽናትን ያስገኛል። (ማቴ. 4፥1፣ ሉቃ. 4፥1፣ ኤፌ. 6፥18)
4. የእግዚአብሔርን መልእክት ለመቀበልና በእኛ እንዲናገር። (ዘጸ. 24፥12፣ 2ኛ ሳሙ. 23፥2)
5. እኛ የእግዚአብሔርን ክብር አይተን፣ በእኛም ሥር ያሉት ተተኪዎች የእግዚአብሔርን ክብርና ታማኝነት እንዲያውቁትና እንዲያምኑት። (ዘጸ. 24፥12-14፣ 2ኛ ጢሞ. 2፥1-2፣ 2ኛ ነገ. 2፥1-15)

6. እግዚአብሔር እንደ ልቡና እንደ ፈቃዱ የሚያገለግሉትን መሪና አገልጋይ እንዲያስነሣም። (1ኛ ሳሙ. 13፥14፣ ኤር. 3፥15፣ የሐዋ. ሥራ 13፥1-4)
7. እግዚአብሔር መንፈስ ቅዱስ የሚለያቸውን እንዲለይና እንዲያጠናቸው የሚለይ ጸሎት። (ኢሳ. 6፥8፣ የሐዋ. ሥራ 13፥1-4)
8. እግዚአብሔር አምላክ የተሰወረውን እንዲገልጥልን። (ዳን. 2፥17-27፣ 2ኛ ዜና 18፥13)
9. የከበረውን ከተዋረደው በመለየት በፈረሰው ቅጥር ለመቆም። (ኤር. 15፥19-21፣ ሕዝ. 22፥30)
10. በእግዚአብሔር ፊት በመቆየት ራእይ መልእክትን በመቀበል፤ የተቀበልነውን በታማኝነት ማስተላለፍ እንድንችል። (ዘጸ. 3፥1-7፣ ነህ. 1፥4፣ የሐዋ. ሥራ 10፥3፣ ራእይ 1፥10-11)

በመምራት ሂደት የጸሎት አስፈላጊነት

ስለ ክርስቲያን መሪዎች በጸሎት ወይም ያለ ጸሎት ሊመሩና ሊናገሩ ይችላሉ። ይህንን ስንል በብዙዎች የታመነ ስለሆነም ነው። ክርስቲያን ወላጆች ልጆቻቸውን በጸሎት ወይም ያለ ጸሎት ሊያሳድጉ ይችላሉ። ይህ

ፅንሰ አሳብ የሚያመለክተን ክርስቲያኖች ምንም አይነት ሥራ ይሥሩ ሥራው በጸሎት ቢደገፍ በጣም የተሻለ እንደሆነ ለማመልከት ነው።

ቤተ ክርስቲያን የሚመራ፣ የሚያስተዳድር፣ ቡድንን የሚመራ፣ ሠራተኞችን የሚቆጣጠር፣ ስፖርት አሰልጣኝ፣ የቢሮ ሠራተኞች ኃላፊ፣ ወዘተ ሊሆን በጸሎተ ሊደገፍ ይገባል። የትኛውም ክርስቲያን አማኝ ወደ አመራር ሲመጣ በጸሎት ቢደገፍ የተሻለና ውጤታማ እንደሚሆንየታወቀነው።

ከብዙዎቻችን ስለ ጸሎት አስፈላጊነትና ጠቃሚነት እንናገራለን። እኔም ጭምር። ምን ያህል ግን በተግባር ለማድረግ በግል ሕይወታችንና በመሪነታችን እየተለማመድን እንደሆነ ለእግዚአብሔርና ለእያንዳንዳችን እተወዋለሁ። ይህንንም ስል በጸሎት ጊዜ ብዛት ሳይሆን፣ በሚጸለየው ጸሎት ጥራት ላይ እንድናተኩር ነው። ይህም በተለይም በመሪነት ባለነው የሚጠቅምስለሆነምነው።

80 | አበራ ተሰማ

ጸሎት ለቤተ ክርስቲያን ዕድገት

በሐዋርያትም ትምህርትና በኅብረት እንጀራውንም በመቍረስ በየጸሎቱም ይተጉ ነበር። (የሐዋ. ሥራ 2፥42) ያቤጽም። እባክህ፥ መባረክን ባርከኝ፥ አገሬንም አስፋው፤ እጅህም ከእኔ ጋር ትሁን፤ እንዳያሳዝነኝም ከክፋት ጠብቀኝ ብሎ የእስራኤልን አምላክ ጠራ፤ እግዚአብሔርም የለመነውን ሰጠው። (1ኛ ዜና 4፥10) ከብሉይም ሆነ ከአዲስ ኪዳን መሪዎች በጸሎት ብዙ ድልን ተቀዳጅተዋል። ብዙ ምክርንም አግኝተዋል። በየቀኑም በመቅደስና በጸሎት ይተጉ የነበረውም ለእዚሁ ነበር። ጌታም የሚድኑትን ዕለት ዕለት ይጨምር ነበር ይላል። የጸሎትን አስፈላጊነት ብዙኃኑ ክርስቲያንና መሪዎች ይናገሩታል። በእምነት የሚተገብሩት ግን በጣም ጥቂቶቹ እንደሆኑ ይነገራል።

ፒተር ዋግነር የጻፉት መጽሐፍ ላይ እንዲህ ይላሉ፡- አዲስ ኪዳን የእምነት ክርስቲያን ነው ተብሎ በተግባር የማይገለጽ ከሆነ እንደ አማኝ አይቆጠርም። እምነት ያለ ሥራ ከንቱ ነው የሚለውም ለእዚሁ ነው። የእግዚአብሔር ቃል፣ በማለዳ ድምፄን ትሰማለህ፥ በማለዳ በፊትህ እቆማለሁ፥ እጠብቃለሁም። (መዝ 5፡3) ጸሎት ለእግዚአብሔር ለአምላካችን መናገር ብቻ አይደለም። ማድመጥና ድምጹንም መስማት ይኖርብናል። የእግዚአብሔርንም ድምጽ ለመለየት አብሮ ማሳለፍንና

ቃሉን በመንፈስ ቅዱስና በእምነት መርዳት ያስፈልጋል።ሙሴም መጣ፥ የሕዝቡንም ሽማግሌዎች ጠርቶ እግዚአብሔር ያዘዘውን ይህን ቃል ሁሉ በፊታቸው ተናገረ። ሕዝቡ ሁሉ አንድ አፍ ሆነው፣ እግዚአብሔር ያለውን ሁሉ እናደርጋለን ብለው መለሱ፤ ሙሴም የሕዝቡን ቃል ወደ እግዚአብሔር አደረሰ። እግዚአብሔርም ሙሴን፣ ከአንተ ጋር ስነጋገር ሕዝቡ እንዲሰሙ፥ ደግሞም ለዘላለም እንዲያምኑብህ፥ እነሆ በከባድ ደመና እመጣልሃለሁ አለው። ሙሴም የሕዝቡን ቃል ለእግዚአብሔር ነገረ። (ዘጸ. 19፥7-9) ይህ ክፍል ለእኛ ለመሪዎች የሚናገርን እግዚአብሔር ጋር ጊዜ ማሳለፍና ለእርሱ መናገር ብቻ ሳይሆን፤ ማድመጥና መስማትም እንዳለብን ይመክረናል። እግዚአብሔር አባታችን ስለሆነ እርሱን ማነጋገርና መስማትም የሚጠበቅ ሐቅ መሆን ይኖርበታል። ጸሎት ሕይወት እንጂ ሥራና ጭነት መሆን የለበትም።

የቡድን አገልግሎት መገንባት

የቡድን (የቲም) አገልግሎት አድካሚና ጊዜ የሚወስድ ቢሆንም፣ ውጤታማና የአዲስ ኪዳን የአካል ሥራና በአንድ በእግዚአብሔር መንግሥት የሚሠሩ ቡድን (ቲም) ናቸው።

ቶም ፊሊጵስ፣ የአንድ ሙዚቀኛ ማርሽ ቡድን ከነበሩት መልካም ነገሮች መካከል የሚከተሉት ናቸው፡-

- ❖ ብቃት ባለው መሪ የሚመራ፣
- ❖ የሰለጠነ ሰው ብቻ የሚመለምል፣
- ❖ አንድ ዓላማ ብቻ የነበረው፣
- ❖ በአንድ ሥራ ብቻ የተጠመደ፣
- ❖ ሥራውን ለማጠናቀቅ የሚተጋ፣
- ❖ እያንዳንዱ አባል ሕይወቱን ለመላው ቡድን የሚሰጥበት፣
- ❖ ለላቀ ሥራ የሚንቀሳቀስ፣
- ❖ ተቀባይነት ያለውና የታወቀ ሥነ ምግባር የነበረው፣
- ❖ ብቃት ወይም ዝግጅት የሌላቸውን የሚያስወግድ፤

እነዚህ ከላይ የተመለከትነው የሙዚቀኞች ቡድን ሥራ ላይ ለአንድ ዓላማ ያሰለፋቸውን የሚያመለክት ሲሆን፣ እኛስ በአዲስ ኪዳን ያለን አማኞች ለአንድ ጌታና የእግዚአብሔር መንግሥት እንዴት ያለ የበለጠ የቡድን አሠራር ያስፈልገን ይሆን ?

በክርስቶስም አንዳች ምክር ቢሆን፥ የፍቅር መጽናናት ቢሆን፥ የመንፈስ ኅብረት ቢሆን፥ ምሕረትና ርኅራኄ ቢሆኑ፥ ደስታዬን ፈጽሙልኝ፤ በአንድ

አሳብ ተስማሙ፥ አንድ ፍቅር አንድም ልብ አንድም አሳብ ይሁንላችሁ፤ ለወገኔ ይጠቅማል በማለት ወይም በከንቱ ውዳሴ ምክንያት አንድ እንኳ አታድርጉ፥ ነገር ግን እያንዳንዱ ባልንጀራው ከራሱ ይልቅ እንዲሻል በትሕትና ይቍጠር፤ እያንዳንዱ ለራሱ የሚጠቅመውን አይመልከት፥ ለባልንጀራው ደግሞ እንጂ። በክርስቶስ ኢየሱስ የነበረ ይህ አሳብ በእናንተ ዘንድ ደግሞ ይሁን።(ፊል.2፥1-5)

ይህን የቲም አገልግሎት በአለፉት ከሀያ ዓመት በላይ እየተጠቀምን ሲሆን፤ አድካሚና ትዕግሥት የሚጠይቅ ቢሆንም፣ በጣም ለቤተ ክርስቲያናችን የጠቀመን ሲሆን ይህም ደግሞ አንድ ግለሰብ የሚታይበት ሳይሆን፤ ክርስቶስ የሚታይበት በአንድ ዓላማና መንግሥት የሚሮጥበት፣ የብዙዎች ጾጋ ለተጠሩበት ዓላማ የሚውልበት እንደሆነ እያየን ነው።

ለቀጣዩ ትውልድም ይህን መርህ እንዲከተሉ ለማድረግ፣ ስልጠናዎችና ትምህርቶች እንዲሰጡ በማድረግ ላይ እንገኛለን።አካልም አንድ እንደ ሆነ ብዙም ብልቶች እንዳሉበት ነገር ግን የአካል ብልቶች ሁሉ ብዙዎች ሳሉ አንድ አካል እንደ ሆኑ፥ ክርስቶስ ደግሞ እንዲሁ ነው፤ አይሁድ ብንሆን የግሪክ ሰዎችም ብንሆን ባሪያዎችም ብንሆን ጨዋዎችም ብንሆን እኛ ሁላችን በአንድ መንፈስ አንድ አካል እንድንሆን ተጠምቀናልና። ሁላችንም አንዱን

መንፈስ ጠጥተናል። (1ኛ ቆሮ. 12፥12-13)እኛ ሁላችን ጌታችን ኢየሱስ ክርስቶስን በእምነት ተቀብለን፣ በደሙ በኃጢአታችን የነጻን፣ ዳግም ልደት የተቀበልን ሁሉ የእግዚአብሔር ልጆች ነን። ሁላችን በአንድ በአባታችን መንግሥት የተሰማራን አምባሳደሮች ነን። ስለዚህ በአንድነት፣ በቡድን መሰማራትን፣ ማገልገልን የሚከብድብን ሳይሆን፤ ደስ እያለን ልናገለግል ይገባል።በአሁኑ ዘመን የወንጌላውያን አብያተ ክርስቲያናት መሪዎች ቤተክርስቲያንን አንድ ሰው ብቻ እንዲመራት ወደሚለው የአመራር አካሄድ (one man leadership) ወይም በፓስተሩ ብቻ በሚመራ አመራር አውቀንም ይሁን ሳናውቅ የአንድ ሰው ብቻ አመራር እየገባን እንገኛለን። ይህ አይነት አመራር አካሉን በሙሉ ሽባ የሚያደርግና ለቀጣይ ትውልድ የማያልፍ የአንድ ትውልድም የማይፈጸም የማይጨረስ እንዲሁም ዳር የማይደርስ የሚደናቀፍና የማያስደስት አሠራር ስለሆነ በእጅጉ ልናስተውል ይገባል እላለሁ።

መሪ ባለ ርእይ(ራእይ) መሆን አለበት

እግዚአብሔር ራእይ የሚሰጣቸውና መሪነት የሰጣቸው ሁሉ አንድ ተመሳሳይ የሚያደርጋቸው እውነት አለ። እርሱም በግላቸው ከእግዚአብሔር ጋር የተገናኙ የጸሎት ሰዎች ለማገልገል ትሑት የሆኑ ለሚቀበሉት ኃላፊነት በእግዚአብሔር ላይ የሚታመኑ ናቸው።

እንዴት ራእይን እንቀበላለን?

ይህንም ቃል በሰማሁ ...ንጉሥ አግሪጳ ሆይ፥ ስለዚህ ከሰማይ የታየኝን ራእይ እምቢ አላልሁም (የሐዋ. 26፥19)።

ራእይ የሚያስፈልገው በተልዕኮና በድርጊት መካከል ግንኙነት ለመፍጠር ስለሚያስችል ነው። ጆርጅ ባርና የተባለው እንዲህ ይገልጸዋል። "ተልዕኮ አንተ ለምን እንደተፈጠርህ የመገኘትህ ዓላማ ምን እንደሆነ የሚያመለክት ሰፊ ማብራሪያ ነው። ተቀባይነት ያለውን እንቅስቃሴ ውጫዊና ለሥራው አስፈላጊ የሆኑ እሴቶችን ይገልጻል። ራእይ ግን፣ እጅግ የተወሰነ ልዩ ነው። ሰፊ በሆነው ተልዕኮህ ውስጥ የምትከተለውን የተለየ አቅጣጫን ዝርዝር ሁኔታን የሚያሳይ ነው። ራእይን ትኩረት የሚሰጥበት ጉዳይ እንደሆነ ያመለክታል" ይላሉ።

ራእይ ሳይኖር ሕዝብን ለመምራት የሚነሣ ሰው በእብሪተኝነት የተሞላ የአእምሮ ሰው በነፋሱ ዙሪያ ባሉት ስሜቱና ፈቃዱ፤ በአእምሮው የሚሄድ መንፈሱና እምነቱ ጋር ያልተዋሃደ ፍጻሜ የለሽ ጉዞ ነው።

በራእይና በዓላማ እቅድ የሚጓዘው ከእግዚአብሔር የተቀበለው ሲኖረው ነው። ይህም ራእይ ራስን ዝቅ በማድረግ የራእይን ሰጪውን

እግዚአብሔርን እያከበረና እየጠየቀ በእግዚአብሔር አሳብ ሕዝብን የሚመራ ይሆናል።

ራእይ አንድ መሪ አዎንታዊና ሕይወትን ለዋጭ የሆነ አካሄድ እንዲፈጠር ማድረግ ይችል ዘንድ በጣም ጠቃሚ መሳሪያ ነው። ራእይ የረጅምና የአጭር ጊዜ እቅዶችን እና ፕላኖችን ለመቀየስ የሚረዳን ትልቅ መሳሪያ ነው። ከእግዚአብሔር ዘንድ ራእይ ያለው መሪ ራእይን ከሰዎች ጋር ሥራዎችን ለመገምገም አሳብን ለመከፋፈል ለውይይት አቅጣጫን ለማስያዝ ይጠቀምበታል።

ራእይን በመቀበል አስመልክቶ አንድ ሁሉም የሚስማሙበት ፣ ጊዜ የሚያስፈልግውና ዋጋንም መተመን የሚጠይቅ እንደሆነ ቀድመን ማወቅ ይኖርብናል። ራእይን ከእግዚአብሔር ለመቀበል ወራትን ዓመታትን የሚጠይቅ ይሆናል። ከልምምዳችን እና ከችሎታችን የምናገኘው አይደለም።

ራእይ እንደ ችሎታችን እውቀት የሚለዋወጥ ሳይሆን፤ ራእዩን በሰጠው አምላክ ምሪትና ጥበብ መራመድን የሚጠይቅ መንፈሳዊ እውነት እንደሆነ እንወቅ።

87 | አበራ ተሰማ

አብዛኞቹ ባለ ራእዮች እንደሚሰማሙበት ራእይን ፈልጎ የማግኘት ሂደት ከመቼውም ጊዜ ይልቅ ወደ ሕያው እግዚአብሔር አምላካቸው የተጠጉበት ዘመን ላይ ነው በማለት ይስማማሉ።

እግዚአብሔር አንተን ለተለየ ነገር ሲያዘጋጅህ መፈለጉንና መሻቱን በውስጥህ ያሳድራል። ከዚያ በኋላ በሕይወትና በጊዜህ ላይ አንተ መወሰንና መዘጋጀት ይኖርብሃል። እግዚአብሔር ራእይን የሚሰጠው ሰዎችን እንድንረዳበት እንጅ፤ እኛ እንድንታወቅበት አይደለም።

የራእይ ጥቅሙ ምንድነው?

እግዚአብሔር ራእይን ለሰዎች ሲሰጥ ራእይ ተቀባዮቹም የተቀበሉትን ራእይ ከሌሎች ጋር አብሮ በመሥራት ለእግዚአብሔር ክብር ለሕዝብ ጥቅምም እንዲውል ማድረግ ነው።

ራእይ እኮ በእግዚአብሔር የታየንና የተሳለን ነገር አጥርቶ በተጨበጠ ሁኔታ የሚገልጽና የሚያሳይ ስእል ነው ማለት ይቻላል። በመሆኑም ሰዎችን ለለውጥ ያነሣሣል፤ እንዲሳተፉም ያደርጋል፤ የጋራ ጠቀሜታም ባለው ነገር ላይ እንክብካቤን እንዲያደርጉና መልካሙን ነገር እንዲሠሩ ያስችላል። እንዲህም ባለው የሰው ልጅና የመንፈስ ቅዱስ እንቅስቃሴ መካፈልና

መሰተፍ የማይፈልግ ማን ነው?

መሪዎች በዕለታዊ ሁኔታዎችና በአጀንዳ ብዛት የሚያዙ ከሆነ የጸሎት ሕይወታቸውና የእርስ በርስ ፍቅርና አንድነታቸውም እየተጎዳ ይሄድና ተከታይ ወይም የሚመሩትንም እስከማጣት ሊደርሱ ይችላሉ።

ይህ እንደማይሆን ባለራእይ መሪዎች ሁኔታዎች ሳይቀድሟቸው ሁኔታዎችን ማወቅና ማየት ይኖርባቸዋል። ባለ ራእይ መሪ በጸሎት የእግዚአብሔርን ፊት መፈለግ ያለበት ለእዚህም ነው።

እውነተኛ ራእይ የተቀበሉ ሰዎች ሥልጣንን ለባርነት ለአገልጋይነት እንደተቀበሉት የተረዱ መሆን ይኖርባቸዋል። ይህን ባለመረዳት የሚያገለግሉ ከሆኑ ሰዎችን ክርስቶስን እንዲያውቁና እንዲመስሉ የሚያገለግሉ ሳይሆን ለእነርሱ ተከታይ እንዲሆኑ የሚፈልጉ ናቸው።

የአመራርን ሥልጣን እግዚአብሔር ከሰጠው ራእይ ውጭ መተግበር የሚፈልጉና የሚያደርጉ ሁሉ እውነተኛ መሪዎች አይደሉም። ቅጥሩም በኤሉል ወር በሀያ አምስተኛው ቀን በአምሳ ሁለት ቀን ውስጥ ተጨረሰ። ጠላቶቻችንም ሁሉ ይህን በሰሙ ጊዜ በዙሪያችን የነበሩ አሕዛብ ሁሉ ፈሩ፥ በራሳቸውም አሳብ እጅግ ተዋረዱ፥ ይህም ሥራ በእግዚአብሔር እንደ ተደረገ አወቁ። (ነህ. 6፥15-16)

ነህምያ ብዙ ችግሮችና ሁኔታዎች ቢኖሩም ከእግዚአብሔር የተቀበለው ራእይ ስለነበር ክብሩን እና የድሉን ባለቤት እግዚአብሔር ነው በማለት ይናገራል። ስለ ነህምያ በሰፊው ወደፊት እንመለከተዋለን።

እውነተኛ ባለራእዮች እግዚአብሔርን በመውደድና ሕዝቡን በትሕትና፣ በየዋህነት እና በፍቅር የሚመሩ እንደሆኑ ብዙ ምስክሮች አሉ።

ባለራእይና በቡድን (ቲም) አሠራር የነህምያን ምሳሌነት መከተል፡

የነህምያን የመሪነት አሠራርና አመራር በመንፈሳዊውም ሆነ በካምፓኒዎች አሠራርና አመራር በመንግሥታትም ብዙዎች እንደ ምሳሌነት የሚጠቅሱት እውነት ነው።

የነህምያ ባሕርይ

የነህምያን ሕይወት በማስቀደም ከሁሉም በፊት ስናየውና፣ስንመረምረው ለሚሰማው ነገር የእርሱን ምላሽ ከመስጠት ተቆጥቦ ወደ እግዚአብሔር በጸሎት ጉዳዩንና ነገሩን የሚያሳስብና የሚለምን አስተዋይ ሰው ነበር። (ነህ. 1፥4-6)

ይህንም ስንመለከት ነህምያ ወደ እግዚአብሔር የጸጋው ዙፋን መቅረብ የዘወትር ልማዱ ይመስላል። በነህምያ ሕይወት የምንረዳው

የእግዚአብሔር መገኘት የገባውና የተረዳ መሆኑን የምናስተውል ይመስለኛል፡እርሱም፣ የወራት ጸሎትን እና አጭር ጸሎትን እግዚአብሔር እንደሚሰማ የተረዳ ሰው ነበር። የወራት ጸሎቱም እንደሚከተለው ነው፡-

> ይህንም ቃል በሰማሁ ጊዜ ተቀምጬ አለቀስሁ፥ አያሌ ቀንም አዝን ነበር፤ በሰማይም አምላክ ፊት እጾምና እጸልይ ነበር፥ (ነህ. 1፥4)

የአጭር ጊዜ ጸሎቱም እንደሚከተለው ይመስላል፡-

> ንጉሡም: — ምን ትለምነኛለህ? አለኝ። እኔም ወደ ሰማይ አምላክ ጸለይሁ። ንጉሡንም: — ንጉሡን ደስ ቢያሰኝህ፥ ባሪያህም በፊትህ ሞገስ ቢያገኝ፥ እሠራው ዘንድ ወደ ይሁዳ ወደ አባቶቼ መቃብር ከተማ ስደደኝ አልሁት። (ነህ. 2፥4-5)

ነህምያ ለሚሰማው ጥያቄም ሆነ ወሬ መጀመሪያ መጸለይ ልማዱ ነበር። ይህም ለአንድ መሪ ምን ያህል አስፈላጊ መሆኑን ልንማርበት ይገባናል።

ነህምያ በእግዚአብሔር እንጅ በራሱም ሆነ በሰው የሚታመን የሚደገፍ ሰው አልነበረም። ለእዚህም የሚከተሉትን ጥቅሶች እንመልከት፡-

> አምላኬ ሆይ፥ ለዚህ ሕዝብ ያደረግሁትን ሁሉ ለበጎነት አስብልኝ። (ነህ. 5፥19)

እነርሱም ሁሉ ሥራው እንዳይፈጸም፣ እጃቸው ይደክማል ብለው ያስፈራሩን ዘንድ ወደዱ፤ አሁንም፥ አምላክ ሆይ፥ እጄን አበርታ። (ነህ. 6፥9)

አምላኬ ሆይ፥ በመልካም አስበኝ። ይላል (ነህ. 13፥31)

እነዚህን ጸሎቶች ለእኛም ልናደርጋቸው ይገባል። እግዚአብሔር እንዲህ ይላል። በሰው የሚታመን ሥጋ ለባሹንም ክንዱ የሚያደርግ ልቡም ከእግዚአብሔር የሚመለስ ሰው ርጉም ነው።

ሰዎች አብረውን የሚያገለግሉ እንጅ የምንደግፋቸው መሆን የለባቸውም በማለት ይመክረናል።

ነህምያ ጥርት ያለ ራእይ ነበረው

ነህምያ ባለ ራእይና ለተቀበለው ራእይም ጥርት ያለ ዕይታ ነበረው። ራእይ አሁን ካለንበት ወደፊት ልንደርስበት ያለውን ማየት ማለት ነው። ነህምያ የፈራረሰውን የኢየሩሳሌም ቅጥር በአምሳ ሁለት ቀናት ሊፈጽም እንደሚችል አይቶ ነበር፣ እኔም ለንጉሡ ዘመኑን ቀጠርኩለት ይላል።

ነህምያ ለወገኑና ለሕዝቡ መልካም ባለ ራእይ በመሆኑ ጠላት ሲነሣበት፣ እኔም መልሼ፣ የሰማይ አምላክ ያከናውንልናል፥ እኛም ባሪያዎቹ ተነሥተን

እንሠራለን፤ እናንተ ግን በኢየሩሳሌም እድል ፈንታና መብት መታሰቢያም የላችሁም አልኋቸው ይላል። (ነህ. 2፥20)

በእግዚአብሔር ምሪት የሚሰጥ አገልግሎት በሚለው የመጀመሪያ መጽሐፌ ላይ እንደ ጠቀስኩት፣ ባለ ራእይ ራሱ ባለመታዘዝ ካልሆነ በስተቀር ሰይጣን እና ሰው ሊያስቀረውና ሊያጠፋው እንደ ማይችል ገልጬዋለሁ። ይህም የዮሴፍ ወደ ጉድጓድ ቢጣል፣ ወደ ባርነት ቢሸጥ፣ ወደ እስር ቤት ቢጣል፣ እግዚአብሔር የራእዩ ሰጭና ባለቤት ከእርሱ ጋር ስለነበር፣ ችግሮቹ ወደ ራእዩ ይገፉት ነበር እንጂ፣ ራእዩን ሊያጠፋበት እንዳልቻለ መጽሐፍ ቅዱሳችንም ይነግረናል።

ባለ ራእይ በራእዩ ዙሪያ ሰዎችን እንደ ስጦታቸውና እንደ ችሎታቸው ማሰማራት ይጠበቅበታል።

እኔም፣እኛ ያለንበትን ጉስቍልና ኢየሩሳሌም እንደ ፈረሰች፥ በሮችዋም በእሳት እንደ ተቃጠሉ ታያላችሁ፤ አሁንም ከእንግዲህ ወዲህ መሳለቂያ እንዳንሆን ኑና የኢየሩሳሌምን ቅጥር እንሥራ አልኋቸው። (ነህ. 2፥17)

- ቅጥሩንም ሠራን፤ ቅጥሩም ሁሉ እስከ እኩሌታው ድረስ ተጋጠመ፤ የሕዝቡም ልብ ለሥራው ጨከነ። (ነህ. 4፥6)

- ጠላቶቻችንም ይህ ነገር እንደ ደረሰልን፥ እግዚአብሔርም ምክራቸውን ከንቱ እንዳደረገው ሰሙ፤ እኛም ሁላችን ወደ ቅጥሩ እያንዳንዳችን ወደ ሥራችን ተመለስን። (ነህ. 4፥15)
- ሥራውንም ሠራን ከማለዳ ወገግታም ጀምሮ ከዋክብት እስኪወጡ ድረስ እኵሌቶቹ ጦር ይይዙ ነበር። ደግሞም በዚያ ጊዜ ሕዝቡን። ሁላችሁ ከብላቴኖቻችሁ ጋር በኢየሩሳሌም ውስጥ እደሩ፤ በሌሊትም ጠባቂዎች ሁኑልን፥ በቀንም ሥሩ አልኋቸው። እኔና ወንድሞቼም ብላቴኖቼም በኋላዬም የነበሩት ጠባቂዎች ልብሳችንን አናወልቅም ነበር። (ነህ. 4፥21-23)

ነህምያ የጠላትን አሳብ የተረዳ ነው

ነህምያ የጠላትን አሳብና ዛቻን የተረዳ አስተዋይ መሪ ነበር። ሐዋርያው ጳውሎስ እንዲህ ይላል፣ በሰይጣን እንዳንታለል የእርሱን አሳብ አንስተውምና። (1ኛ ቆሮ. 2፥11)

1. ነህምያ የጠላትን ንቀትና በሳቅ ማቃለልን የተረዳ መሪ ነበር። (ነህ. 2፥19)
2. እነዚህ ጠላቶች በውኑ በንጉሡ ላይ ትሸፍቱ ዘንድ ትወድዳላችሁን? አሉት። (ነህ. 2፥19)

3. ጠላት በቁጣና በማላገጥ በንቀት አሳባቸውን ለማጨናገፍ ተናገረ። (ነሀ. 4፥1-3)
4. ንጉሡ ሳኦልንና እስራኤልን ጎሊያድ አርባ ቀን እየደነፋባቸው ባሰማቸውም ነገር እጅግ ፈሩ ይላል። (1ኛ ሳሙ. 17፥11)
5. ነህምያ ለጠላት የማይበገር በአምላኩ የታመነ ስለነበር አሳባቸውን ወደ እግዚአብሔር በመጸለይ ውድቅ አደረገው። (ነሀ. 4፥4)
6. ጠላቶቻቸውም በማስፈራራትና ሥራውን ለማስተጓጎል በዛቻ ይወጉና ያሸብሩም ዘንድ ወጡ። (ነሀ. 4፥7-8)
7. ራእዩን እግዚአብሔር የሰጣቸውን ለማስቀረትና ለማስተጓጎል ሞከሩ። (ነሀ. 4፥12)
8. ሰይጣንም በእስራኤል ላይ ተነሣ፥ እስራኤልንም ይቈጥር ዘንድ ዳዊትን አንቀሳቀሰው። (1ኛ ዜና 21፥1)
9. ሰይጣንም በጴጥሮስ አሳብ ላይ መልካም አስመስሎ መጣበት። (ማቴ. 17፥23)
10. ሰይጣን በይሁዳ ውስጥ ኢየሱስን አሳልፎ እንዲሰጣቸው አሳብን አገባበት ይላል። (ሉቃ. 22፥3፤ ዮሐ 13፥2)

11. ነገር ግን እባብ በተንኮሉ ሔዋንን እንዳሳታት፥ አሳባችሁ ተበላሽቶ ለክርስቶስ ከሚሆን ቅንነትና ንጽሕና ምናልባት እንዳይለወጥ ብዬ እፈራለሁ። (1ኛ ቆሮ. 11፥3)
12. እንደ ዳዊት፣ እንደ ጳውሎስ በጌታና በኃይሉ ችሎት እንደሆነ የተረዳና አስተዋይ መሪ ነው። (1ኛ ሳሙ. 17፥45-46፤ ኤፌ. 6፥10-13)
13. ጠላትም በተንኮል እስኪ መጥተህ እንገናኝ ብለው ላኩብኝ መልእክት ላኩብኝ። እኔም ትልቅ ሥራ እሠራለሁ፥ እወርድም ዘንድ አይቻለኝም፤ አልኋቸው። (ነህ. 6፥1-3)
14. አሁንም በመቀጠል ተከታታይ ደብዳቤና የውሸት ወሬን ራስህን በይሁዳ ላይ ንጉሥ ለማድረግ ነቢያትን አዘጋጅተሃል ሲሉት፤ ነህምያም አንተ ከልብህ ፈጥረኸዋል እንጂ አንተ እንደ ምትለው አይደለም አለው። (ነህ. 6፥4-9)
15. አሁንም ጠላት በመቀጠል መቅደሱን እንዝጋ ሊገድሉን ይመጣሉ በማለት ጉራውን ሲነዛ፤ ነህምያም እንደ እኔ ያለ ሰው የሸሸና፥ ነፍሱንስ ያድን ዘንድ ወደ መቅደስ የገባ ማን ነው? አለው። (ነህ. 6፥10-11)
16. እግዚአብሔር ልኮት ትንቢት እንዳልተናገረ አወቀ፣ ሰንበላጥና ጦብያ ገዝተውት ነበር። (ነህ. 6፥12-14)

ነህምያ ሕዝቡን የሚያበረታታ ለጠላት የማይበገር

ነህምያ ጠንካራና በአምላኩ የታመነ ሕዝቡንም የሚያበረታታና የሚያደፋፍር፣ ቀድሞ ነገሮችን የሚያይና መፍትሔም በመፈለግና በመስጠትም ወሳኝና ቆራጥ መሪም ነበር። እስቲ አንዳንድ የተናገራቸውን እንመልከት።

እኔም መልሼ። የሰማይ አምላክ ያከናውንልናል፥ እኛም ባሪያዎቹ ተነሥተን እንሠራለን፤ እናንተ ግን በኢየሩሳሌም እድል ፈንታና መብት መታሰቢያም የላችሁም አልኋቸው። (ነህ. 2፥20)

- አይቼም ተነሣሁ፥ ታላላቆቹንና ሹማምቱንም የቀሩትንም ሕዝብ። አትፍሩአቸው፤ ታላቁንና የተፈራውን ጌታ አስቡ፥ ስለ ወንድሞቻችሁም ስለ ወንዶችና ስለ ሴቶች ልጆቻችሁም ስለ ሚስቶቻችሁም ስለ ቤቶቻችሁም ተዋጉ አልኋቸው። (ነህ. 4፥14)
- የቀንደ መለከቱን ድምፅ ወደምትሰሙበት ስፍራ ወደዚያ ወደ እኛ ተሰብሰቡ፤ አምላካችን ስለ እኛ ይዋጋል አልኋቸው። (ነህ. 4፥20)
- እኔም። ትልቅ ሥራ እሠራለሁ፥ እወርድም ዘንድ አይቻለኝም፤ ሥራውን ትቼ ወደ እናንተ በመውረዴ ስለ ምን ሥራው ይታጐላል? ብዬ መልእክተኞችን ላክሁባቸው። (ነህ. 6፥3)

ይህን ስንመለከት ነህምያ ለተነሣበት ዓላማና ለተቀበለውም ኃላፊነት በቸልተኝነት ሳይሆን፣ በትጋት ያገለግል ነበር።

የነህምያ መሪነት አስፈላጊነት

መሪነት ለኅልውናችንና ለሕልሞቻችን፣ ለራእዮቻችን መፈጸም እውነተኛ መንገድ ነው። ለእዚህም ነው፤ ራእይ የተሰጣቸው ግለሰቦችም ሆኑ መሪዎች የተቀበሉትን ኃላፊነትና ሸክም ግንባር ቀደም መሪ በመሆን መምራትና ማሳተፍ ይጠበቅባቸዋል።

የራእዩም ትልቁ ኃይሉና ጉልበቱም፣ ተስፋ ሰጪነቱና ተጨባጭነቱም ሌሎችንም ማሳተፍ መቻሉ ነው። ነህምያን ስንመለከት እያንዳንዱን በየፈረሰው ቅጥር በኩል የሚያሰማራና የሚያቆም ችሎታና ኃይላቸውን ሁሉ በቅርብ ሆኖ የሚረዳና የሚያውቅ መሪ ነው።

ነህምያ በዘመናችን እንዳለን መሪዎች ኮሚቴን በማብዛት ድርጅታዊ አሠራርን ዘርግቶ ውስጡ ባዶ የሆነ አሠራርና አካሄድ የሚቃወም መሪ ነው። ድርጅታዊ መዋቅር ተቀምጦ የማይሠራበት ከሆነ፣ ራእይን የሚያስፈጽም ሳይሆን፤ ራእይን የሚያጠፋና ባለ ራእይን እንደሚገባ ወደ ዓላማና ግቡ እንዳይሮጥ ማስቀረት ባይችልም እንኳን፣ የሚያዘገይ ነው።

98 | አበራ ተሰማ

ለእዚህም ነው መሪ በሥሩ ያሉትን እንደሚያንቀሳቅስ ሞተር መሆን ያለበት ። ባለ ራእይ መሪ መሆን የችሎታና የዕድሜ ጉዳይ ሳይሆን፣ ለዓላማ መጨከንን የሚያመለክት ነው።

ኢዮስያስ የስምንት ዓመት ልጅ ሳለ ኢየሩሳሌምና ይሁዳን ወደ ተሃድሶ ማምጣት የቻለው፣ የእግዚአብሔርን አሳብ ይዞ በመነሣቱ ነው። (፪ኛ ዜና 34)

የመሪና ተከታዮች ግንኙነት በጋራ ለመፈጸም የሚስማሙበት ዓላማ ተኮር ለማድረግ መሰለፋቸው ነው። በጋራ የሚፈጸም ዓላማና ግብ በሌለበት፣ የመሪና ተከታይ ግንኙነትና ሥርዓት አይኖርም። መሪነትን ለመተርጎም ዓላማን ወደ ጎን መተው የማይቻለው በእዚህ ምክንያት ነው።

ጆሴፍ ፍሮስ መሪንና ተከታይን የሚያገናኝ የጋራ ዓላማ በሁለቱ አካላት ፍላጎቶችና ራእይና ተስፋዎች ውስጥ የጋራ ተራክቦንና ዓላማን ማየት ማለት ነው ይላል።

እንዲሁም፣ ከተቋምና ከኅብረተሰብ አንጻር መሪነትን ማየትና መመልከትን የሚያስረዳ ይሆናል። ይህም ሲባል መሪ ከግል ጥቅሙ ይልቅ የሕዝብን ጥቅም መመልከት ሲችል ነው። በመሪና በተመሪ ያለው ትልቁ ልዩነት የሕዝብን ጥቅም በማስቀደም ነህምያ የራሱን የሚገባውን እንኳን የተወና

ሕዝቡን የጎዱትን እንኳን መልሱላቸው በማለት የመከረና የገሰጸም ታላቅ መሪ እንደ ነበር በእግዚአብሔር ቃል ተዘግቦልናል።ንጉሡም በይሁዳ ምድር ላይ አለቃ እሆን ዘንድ ካዘዘኝ ጊዜ ጀምሮ ከንጉሡ ከአርጤክስስ ከሀያኛው ዓመት እስከ ሠላሳ ሁለተኛው ዓመት ድረስ አሥራ ሁለት ዓመት ያህል እኔና ወንድሞቼ ለአለቃ የሚገባውን ስንቅ አልበላንም። ከእኔ አስቀድመው የነበሩት አለቆች ግን በሕዝቡ ላይ አክብደው ነበር፤ ስለ እንጀራውና ስለ ወይኑ አርባ ሰቅል ብር ይወስዱ ነበር፤ ሎሌዎቻቸውም ደግሞ በሕዝቡ ላይ ይሠለጥኑ ነበር፤ እኔ ግን እግዚአብሔርን ስለ ፈራሁ እንዲህ አላደረግሁም ይላል። (ነህ. 5፥14-15)

እኔም ጩኸታቸውንና ይህን ቃል በሰማሁ ጊዜ እጅግ ተቈጣሁ። በልቤም አሰብሁ፥ ታላላቆቹንና ሹማምቱንም። ሁላችሁ እያንዳንዳችሁ ወለድ ትወስዳላችሁ ብዬ ተጣላኋቸው፤ ትልቅም ጉባኤ ሰበሰብሁባቸው። እኔም፣ ለአሕዛብ የተሸጡትን ወንድሞቻችንን አይሁድን በፈቃዳችን ተቤዠን፤ እናንተስ ወንድሞቻችሁን ትሸጣላችሁን? እነርሱስ ለእኛ የተሸጡ ይሆናሉን? አልኋቸው። (ነህ. 5፥6-8)

ይህ ከነህምያ አመራር እኛ መሪዎች ሁሉ ልንማረው የሚገባን ትልቅ መርህ እንደ ሆነ እንወቅ።

የነህምያ የቡድን አሠራር ውጤታማነት

ነህምያ ቅጥሩን ለመሥራት የተሰለፉትን ሁሉ ሥራው የጋራና የሁላቸውም እንደሆነ አድርገው እንዲመለከቱት ያደረገበት ዋና ዋና አሳቦችን እንመልከት።

- እውነተኛ መነሣሣት እንዲኖራቸው፣
- ግልጽነት የተሞላበት፣
- ትዕግሥትና ጽናት የተሞላበት፣
- ለነገሮች በአግባቡ ምላሽ የሰጠበት፣
- የመንዛዛትና መዳተት የሌለበት፣
- በበጎ ፈቃድና በመስጠት የሚደረግ፣
- ቅንነትና ተንኮል የሌለበት፣
- የመታዘዝና መቀባበል ያለበት፣
- የበላይና የበታች የማይታይበት፣
- ሁሉም በዓላማው ላይ ያተኮረበት፣
- አለመተማመን የተወገደበት፣
- አሳብን ለመለዋወጥ የሚዳጉበት፣
- ለአሳቡም ቅንና ግልጽ መልስ የሚሰጥበት፣
- ግጭትና አለመግባባትን የሚፈታበት፣

- የሁሉንም አሳብ ወደ ተነሡበት ዓላማ የሚመራበት አመራር፣
- ሁሉም የቡድን አባላት የተሰጣቸውን ኃላፊነት የሚከታተልና የሚያስተገብር መሪ ነው።
- የቡድኑን አሳብ እንዲሸራሸር የሚፈቅድ፣ የመስማትና የማዳመጥ ችሎታ ያለው።
- የሚያበረታና የሚያነቃም፣
- የሚፈሩትን አትፍሩ፣ የተፈራውን ጌታ አስቡ የሚል።
- ከሚመራው ቡድን ሕዝብ ጋር ደስ የሚያሰኝ ግንኙነት ያለው።
- የእኔነትን አካሄድ አጥፍቶ፣ ሁሉንም በአንድነት በዓላማው ላይ እንዲያተኩሩ የሚረዳ መሪ ነው።
- የሚመጣውን ቡድን፣ አድካሚ የጠላት ወሬ ቢያወራም የማይበገርና ቡድኑን የሚያደፋፍር ቆራጥና የውሳኔ መሪ ነው።
- እንዲተባበሩ እንዲተማመኑም የሚረዳ መሪ ነው።
- የውስጥና የውጪን ችግሮች ሳይፈራ፣ ለተነሣበት ዓላማ በመጨከንና ሕዝቡንም ለሥራው እንዲጨክን የሚያደርግና የሚረዳም ታማኝ መሪ ነው።
- ከየት ጀምሮ የት እንደሚደርስ ወስኖና ታምኖ የሚጓዝና የሚያጓዝም መሪ ነው።

- ከራስ ተኮር የወጣና ዓላማ ተኮር የሆነ፣ ባለ ራእይ እውነተኛ መሪነትን ያሳየ ባሪያ አገልጋይ ነው።

እኛም በእዚህ ዘመን ያለን ከነህምያ ሕይወት የምንማር እውነተኛና ታማኞች እንድንሆን ጸሎቴ ነው።

የነህምያ መሪነት ከአድሎ የጸዳ ነው

ከነህምያ ባለ ራእይነት የምንማረው ለነገሮች ጥርትና ጽድት ያለ አመለካከት ነበረው። የራእዩም ባለቤት እግዚአብሔር እንደ ሆነ የተረዳና የሚያውቅ መሪ ነበር። ለሚሠራውና ለሚያደርገው ሁሉ ተገቢውን ጥንቃቄ የሚያደርግ መሪ ነበር።

ለሕዝቡም ደኅንነትና መልካም የሚያስብ የሌሎችም ችግር የሚገባውና የሚራራና የሚያስብም ለሕዝቡም ብሶት መፍትሔና እርምጃም የሚወስድ ነው። (ነህ. 2፥10፣ 4፥10-12፣ 5፥1-5)

ነህምያ ተፈትና የወጣ ባለ ራእይና የአስተዳደርም ሰው ነበር። ይህም በመሆኑ ሁኔታዎችና ተቃዋሚዎች ሳይፈራ በዓላማው ፍንክች ሳይል ውሳኔን በግልጽና ያለ ፍርሃት የሚያስተላልፍ መሪ ነበር። የሚመራቸውም ቡድን መሪ ነበር። የሚመራቸውም ቡድን አመኔታንና ከበሬታን የሚሰጡት አስተዳዳሪና መሪ ነበር።

በመንፈሳዊ እይታም አንጻር ሕዝቡን በአምላኩ በእግዚአብሔር እንዲታመንና እንዲበረታታ የሚያደርግ እውነተኛ መሪ ነበር። መንፈሳዊ ሥራዎችን ሲያደርግ የተነሡበትንም ቅጥር መሥራት ችለ ሳይሉ ጎን ለጎን አድርጎ በጥራትና በትጋት እንዲሠሩ የሚያደርግና የሚሠራ ነበር።

በአሠራሩና በአደራረጉ ጥርት ያለን ውሳኔን የሚሰጥና የማያዳግም ሥራንም የሚሠራም መሪ ነበር። በወገኖቹም መካከል ያለ አድልኦ ፍትሕና ግልጽነት ያለውን የአስተዳደር ሥራም የሚያደርግ መሪ ነበር። ሀብታሞችም ሕዝቡን ያለ አግባባ እንዳይበዘብዙ የሚመከርና የሚገሰጸውም መሪ ነበር። (ነህ. 5፥1-5)

አንድ እውነተኛ መሪ መጀመሪያ የሕዝቡን ችግርና እሮሮር መሰማትና ማዳመጥ የሚችል መሆን አለበት። ነህምያም በእዚህ ጉዳይ ነገሮችን እንዳመጣጣቸው የሚመለከትና ሰምቶና አዳምጦም መልሱን በጊዜው ሳይንዛዛና ሳይጓተት መፍትሔን የሚሰጥ መሪ ነበር።

ነህምያ ባለ ራእይና መሪ ስለ ነበር የእግዚአብሔር ቃልና የእግዚአብሔርን ቤት ጉዳይ ዋና አጀንዳውና ዓላማው ነበር። (ነህ. 8፥1-8፤ መዝ. 27፥4፤ ነህ. 2፥20)። የአንድ እውነተኛ ጥሪ ያለው መሪ ከሁሉም በፊት ለእግዚአብሔር

ቃልና ለጸሎት ለእግዚአብሔር ቤት ጉዳይ የጨከነና የወሰነ መሪ መሆን ይጠበቅበታል። ይህም ባለ ራእይን ወደ ዓላማና ግቡ የሚያደርሰው እውነት ነው።

ነህምያ ሕዝቡን ወደ ተሃድሶ የሚመልስ

በዚህም ወር በሀያ አራተኛው ቀን የእስራኤል ልጆች ጾመው፥ ማቅም ለብሰው፥ በላያቸውም ትቢያ ነስንሰው ተከማቹ። የእስራኤልም ዘር ከእንግዶች ሁሉ ራሳቸውን ለዩ፥ ቆመውም ኃጢአታቸውንና የአባቶቻቸውን ኃጢአት ተናዘዙ። በየስፍራቸውም ቆመው የአምላካቸውን የእግዚአብሔርን የሕግ መጽሐፍ የቀን ሩብ ያህል አነበቡ፤ ሦስት የቀን ሩብም ያህል ተናዘዙ፥ ለአምላካቸው ለእግዚአብሔርም ሰገዱ። (ነህ. 9፥1-3)

በእዚህ ክፍል እንደምንመለከተው የሕዝቡን ልብ በአንድነት የእነርሱንና የአባቶቻቸውን ኃጢአት በመናዘዝ ወደ ሕጉና ቃሉም በመመለስ የተሃድሶን የመመለስን ትልቅ እንቅስቃሴን እንደ መሪ አሳይቷል። እንዲህ በማለትም ለሕዝቡ ሲናገር እንሰማለን፡-

አሁንም አምላካችን ሆይ፥ ቃል ኪዳንንና ምሕረትን የምትጠብቅ ታላቅና ኃያል የተፈራኸውም አምላክ ሆይ፥ ከአሦር ነገሥታት ዘመን ጀምሮ እስከ

ዛሬ ድረስ በእኛና በነገሥታቶቻችን በአለቆቻችንም በካህናቶቻችንም በነቢያቶቻችንም በአባቶቻችንም በሕዝብህ ሁሉ ላይ የደረሰው መከራ ሁሉ በፊጥ ጥቂት መስሎ አይታይህ። በደረሰብንም ነገር ሁሉ አንተ ጻድቅ ነህ፥ አንተ እውነት አድርገሃልና፥ እኛም ኃጢአት አድርገናል። ነገሥታቶቻችንም አለቆቻችንም ካህናቶቻችንም አባቶቻችንም ሕግህን አልጠበቁም፥ የመሰከርህባቸውንም ትእዛዝንና ምስክርህን አልሰሙህም። (ነህ. 9፥32-34፣ 1፥4-6)

የአንድ መሪ ትልቁ አስተዋይነት ራሱን በእግዚአብሔር ፊት እያስመረመረ ለታመነው አምላክ መስጠትና መደገፍ መቻሉ ነው።

- ንጉሥ ዳዊት (መዝ. 139፥22-24)
- ነቢዩ ዳንኤል (ዳን. 9፥3-19)
- ካህኑ ዕዝራ (ዕዝ. 10፥1-6)
- ሐዋርያው ጳውሎስ (፩ኛ ቆሮ. 11፥31፫ ፩)
- ሐዋርያው ጳውሎስ (፪ኛ ቆሮ. 13፥5)
- ለእዚህም ነው በዮሐንስ ራእይ 2፥5 "እንግዲህ ከወዴት እንደ ወደቅህ አስብ ንስሐም ግባ የቀደመውንም ሥራህን አድርግ፤ አለዚያ እመጣብሃለሁ ንስሐም ባትገባ መቅረዝህን ከስፍራው እወስዳለሁ።"የሚለው

እኛም በአለንበት ዘመን ይህን እውነት ተከትለን የሕይወታችንና የአገልግሎታችንም መመሪያ ለምንመራውም ሕዝብ ጭምር አርአያ መሆን እንደ አለብን መዘንጋት የለብንም እላለሁ።

ነህምያ ለስሕተትና ለሞራል ውድቀት ያሳየው ቆራጥነቱ

ወደ ኢየሩሳሌምም መጣሁ፤ ኤልያሴብም በእግዚአብሔር ቤት አደባባይ ለጦብያ ጓዳውን በማዘጋጀት ያደረገውን ክፉ ነገር አስተዋልሁ። እጅግም አስከፋኝ፤ የጦብያንም የቤቱን ዕቃ ሁሉ ከጓዳ ወደ ውጪ ጣልሁ። ጓዳዎቹንም እንዲያነጹ አዘዝሁ፤ የእግዚአብሔርንም ቤት ዕቃዎች የእህሉንም ቍርባን ዕጣኑንም መልሼ በዚያ አገባሁ። (ነህ. 13፥7-9፤ ዮሐ. 2፥13-16)

ደግሞም በዚያ ወራት የአዛጦንና የአሞንን የሞዓብንም ሴቶች ያገቡትን አይሁድ አየሁ። ከልጆቻቸውም እኩሌቶቹ በአዛጦን ቋንቋ ይናገሩ ነበር፥ በአይሁድም ቋንቋ መናገር አያውቁም ነበር። ከእነርሱም ጋር ተከራከርሁ፥ ረገምኋቸውም፤ ከእነርሱም አያሌዎቹን መታሁ፥ ጠጕራቸውንም ነጨሁ፥ እንዲህም ብዬ በእግዚአብሔር አማልኋቸው። ሴቶች ልጆቻችሁን ለወንዶች ልጆቻቸው አትስጡ፥ ሴቶች ልጆቻቸውንም ለእናንተና ለልጆቻችሁ አትውሰዱ። (ነህ. 13፥23-25፤ ዘጸ. 34፥12-17)

የነህምያ በመሪነቱ የስሕተትን ትምህርትና የሞራል ውድቀትን በመቃወምና ሕዝቡን ወደ ንስሐና ቅድስና የሚመልስ ቆራጥና ሕይወቱንን እና መሪነቱን በንጹሕና በጽድቅ በቅድስና በመምራት የምሳሌነት ሕይወት ነበረው።

ሥር ነቀል ባለ ራእይ የሚሄድበት መንገድ

የእውነተኛ ሥር ነቀል ባለ ራእይ በዓላማው ላይ አተኩሮ ብሩህ ተስፋን በማሳየት ለጋራ ጥቅም የሚሠራ እንጅ፣ የሥልጣን መወጣጫ መንገድ አይደለም። ጄምስ ኦቱል፣ አንድ የመሪነት ሥርዓት የተጣለበትን የራእይ አደራ የሚወጣበት ያልተከረጀ ተደማጭ ተስፋ ነው። ይህም የተከታዩን ሕዝብ ፍላጎት የሚያሟላ ሆኖ ሲገኝ ነው ይላል።

አዲስ አይነት አካሄድን የነደፈ ተከታዮቹንም እያሳተፈ የሚመራ የአካሄድ ለውጥ ነው። ይህ አይነቱ አካሄድ ለውጥን ለሥልጣን መወጣጫ ለሚያደርጉ ሰዎች፣ ለሕዝብና ለተከታይ የበለጠ ችግርና ውስብስብ ነው፡ እንደዚህ አይነት ችግር የሚያስከትል መሆኑንም በየዘመናቱ ተጀምረው የከሸፉትና በዓለምም ላይ ሆነ በእግዚአብሔር ቤት ያደረሱት ጉዳት፣ ያመጡት ውዝግብና ውስብስብ ችግር እስከ ዛሬም ድረስ ያልተፈታ ችግር ነው።

አንድ ባለ ራእይ መሪ የተከታዩን ሕዝብ ለማነሣሣት ዳዊት ያለውን እጠቅሳለሁ፤እንዲህ በማለት የሕዝቡን ልብ አነሣሣው፤ <የእግዚአብሔርን ታቦት ወደ ቦታው እናምጣው> በማለት ተናግሯል።እንዲሁም ነህምያ ሕዝቡን <ኑና የኢየሩሳሌምን ቅጥር እንሥራ> በማለት ተስፋ ሰጭና በአንድ ዓላማ የሚያሰባስብን ንግግርን አሰምቷቸዋል።

ሌሎችም በአንድነት የሚስማሙበትና የሚያሰምሩበትም ራእይ ለለውጥ አይነተኛ መሣሪያ መሆኑ ነው።

እውነተኛ ራእይና ለውጥ ድርጅታዊ አሠራርን መዘርጋት ብቻ ሳይሆን፣ እንቅስቃሴና አካሄዱንም በቅርብ የሚከታተል መሪን የመጠየቅ የቅርብ ኃላፊነት ነው። ይህም ሲባል ራስን በመተማመን ከበታቹ ያሉትን ቡድን ለሥራው አምኖ ነጻነት መስጠትን እና አርቆ ተመልካችነትን የሚጠይቅ ኃላፊነት ነው።

እኛን እግዚአብሔር አምኖን ራእይን ሲሰጠን፣ እኛም የራእዩ ባለቤት እግዚአብሔር መሆኑን ከተረዳን፤ አምነን ተከታዮቹንም ለእግዚአብሔርና ለሥራው መልቀቅ ይኖርብናል። ይህም ሲባል፣ የአሠሪና የሠራተኛ አመለካከት ሳይሆን፤ እኛም ለተቀበልነው ራእይ ባሪያ አገልጋይ ሆነን፣

በተግባር ስንገኝ እንደሆነ መዘንጋት የለበትም። ይህን ባለማወቅ ዛሬ ብዙዎች ሲጣሉበትና ሲጎዱበት ይታያል።

የባለ ራእይ መሪ ውጤታማነቱ ነው

አንድን ባለ ራእይ መሪ ውጤታማ ሊያደርገው የሚችለው፣ የተከታዮቹን ከአጭር ጊዜ ወደ ረጅም ጊዜ ግባቸው ሊያደርስ የሚችለውን አርቀው መመልከት እንዲችሉ ማድረግ መቻሉ ነው።

እንዲሁም በተጨማሪም የተከታዮቹ የማሰብ፣ የማቀድና የማገናዘብ አቅምን አጎልብቶ፤ ከጊዜያዊ ጥቅሞች አልፎ ወደ አድማስ ዘለል አስተሳሰብ መሻገራቸው የባለ ራእይ አመራር የንድፈ አሳብ መግለጫ ነው።

ባለ ራእይ መሪ የሚነሡትን አሳቦችንም ሆነ ሁኔታዎችን የመመራመርና እውነታን መገምገምና ለአዎንታዊ ለውጦች ምላሽ መስጠት የሚጠይቅ ነው።

እንዲሁም ባለ ራእይ መሪ ራእዩን እና ሸክሙን በተቀበለበት ኅብረተሰብ ለውጥን ለማምጣት የውሳኔ አሰጣጥን፣ ኃላፊነት መወጣትን፣ ተጠያቂነትን፣ በራስ መተማመንን፣ የግል ድርሻ መወጣትን፣ የመታዘዝና የታዘዙትንም ተቀብሎ በሥራ፣ በተግባር እንዲተገብሩ ማድረግን ማስለመድ የዕለት ተዕለት ተግባሩ ሊሆን ይገባል።

ራእዮችና ሕልሞች ያሏቸው መሪዎች በጥጋብና በረሃብ ዘመን ሊደረግ የሚገባውን በርቀት ተመልክተው መፍትሔን የሚሰጡ ናቸው።

መሪነት መሪንና ተከታዮችን አካትቶ በሚፈጽሙትና ግብ ባላቸው እሴቶችና ፍላጎቶች ላይ የሚያነጣጥር ጉዳይ መሆኑ ነው። ስለዚህ ለውጣዊ ባለ ራእይ መሪነት ሰዎችን ያማከለ ንድፈ አሳብ ነው። ይህም ሲባል ልንደርስበት ያለውን ግብ ያማከለ ሆኖ ሲተገበር ነው። የአንዳንድ ጸሐፊዎች እሴት አነጋጋሪ የሚሆንበት እርሱ ነው ይላሉ። በብዙዎች አመለካከት ልንደርስበት የሚያስችል አጠቃላይ ሥርዓታዊ መድረሻ መንገድ ነው ይላሉ።

የመሪዎች ራእዮችን በሥነ ምግባራዊ እሴቶች የተለወሱ የመሪ ራእይ ግልጽ አድርጎ የማቅረብ ችሎታልና የሚነድፈውን መርሃ ግብር የሚነድፈው እሴት የሚያጠቃልል ነው።

አባቶቻችንም ለውጥ አምጥተውና አሳይተው እንዲያልፉ ያደረጋቸው፣ የተቀበሉትን ራእይ በመሪነት ኃላፊነታቸው የሚያሳዩት ተግባራዊ ሕይወት እንደነበር እናነባለን። እኛም በአለንበት ዘመን ሁሉ ለተቀበልነው ራእይና ኃላፊነት ለመወጣት ተግባራዊ እሴቶች የሚጠበቁብን እንደሆነ ቆም ብለን

ልናስብ ይገባናል። የተግባር አካሄድ በባዶ አሳብ ከመዋለል የሚጠብቀን እውነት ነው።

እሴት በአጭር አገላለጽ ምንድነው?

የአመነውን እውነት ይዘንና ተከትለን “የስኬት ሰው ለመሆን ሳይሆን የእሴት ሰው ለመሆን ሞክር” ይላል፣ አልበርት አንስታይን።

የእሴት ደረጃን አገላለጽ በአጭሩ በዝርዝር ለማየት እንደሚከተለው ይመስላል፥

- በጠራ ራእይና ዓላማ መመራትን፤
- ካለፈው ነገር ትምህርትን መቅሰም፤
- ግንኙነትን በመገንባት፣ በማያያዝ፤
- ሰዎችን በመገንባት እንዲያድጉ መርዳት፤
- ፍሬ የማፍራትን (ዮሐ 15፥16)፤
- ሞዴል መሆን፤
- አባት የመሆን ቅርብነት፤
- የሌሎችን ስጦታዎች እንዲያውቁና እንዲሠሩ መርዳት፤
- የመንፈስ ፍሬዎችን በማሳየት።

እግዚአብሄር ለውጤታማ እሴቶች ወደፊት ሊያስኬዱን የሚችሉትን እንዴት መቅረጽ እንዳለብን ይመክራል። የእሴት ደረጃ ያለፈውን፣ የአሁኑንና የወደፊቱን ልዩ ጥምርት ያካተተ ተግባራዊ እርምጃ ነው።

በእዚህ ጉዳይ አንዳንድ የመጽሐፍ ቅዱስ መሪዎች በውጤታማ የአመራር ሂደት ጀማሪያቸው ላይ ወደ እሴት ደረጃ የሚደርሱበት በሕይወታቸው ውስጥ ቀደም ብለው ሊደርሱ ይችላሉ።

በእሴት ደረጃ ውስጥ በየትኛውም ዘመንና ሕይወት ደረጃ ይድረሱ፣ ከፊታቸው ያለውን ያለፈውን የሚያስቡበትና የሚመለከቱበት ጎን ለጎን መሆን ይኖርበታል።

በእሴት ጉዞ ውስጥ መንፈሳዊ ፍሬን፣ የአገልግሎት ፍሬን፣ ከሰዎች ጋር ባለን ግንኙነት ከእግዚአብሔር ጋር ያለውን የግል ጉዞ መሪው ራሱን የመረመረና እየፈተሸ መሄድ፣ ለተነሣበት እሴት ወሳኝ ጉዳይ ነው።

ለውጤታማ መሪ ከእግዚአብሔር ጋር የሚያደርገው ጉዞና ከእግዚአብሔር ጋር የሚያጠፋው ጊዜ የውጤታማ መለኪያው ተጠንቅቆ እንዲጓዝ የሚረዳው እውነት ነው። ውጤት ተኮር ብቻ በመሆን ስኬትን እያዩ ከእግዚአብሔርና ከሰዎች ጋር ያለውን ግንኙነት አለመጠበቅ ስኬት ሳይሆን ውድቀት ነው።

አንዳንዶች ይህን ሲመኙ ከእምነት ወጥተው ተጣሉ የሚለው ትልቅ ማስጠንቀቂያ እንደሆነ አንርሳ። እንዲሁም፣ ሐዋርያው ጳውሎስ ለሌላው ሰብኬ እኔ የተጣልኩ እንዳልሆን ራሴን በመጎሸም አስገዛለሁ ይላል።

እቅድና ዝግጅትን መገምገም ያስፈልጋል

በወንጌላውያን አብያተ ክርስቲያናት መሪዎች በእቅድና እቅድን በመገምገም ብዙ ጊዜ እንተቻለን፤ እንወቀሳለን።

የእግዚአብሔር ፈቃድ በአገልግሎት ዘርፎች ሁሉ እንዲገለጽ ጌታ ቢፈቅድ ብለን በጸሎትና እግዚአብሔር በሰጠን ጥበብና እውቀትም ተጠቅመን፣ የረጅምና የአጭር ጊዜ እቅድ እንዲኖረን ያስፈልጋል።

በቤተ እምነትም ሆነ በአጥቢያ የአሉት አገልግሎት ሰጭ ክፍሎች በሙሉ በየጊዜው እቅዳቸውን መገምገምና መከታተል ተገቢና መንፈሳዊነት እንደሆነ አንርሳው።አንድ መሪ እቅድ ማዘጋጀት ያለበት በጸሎት የጌታን ፈቃድና ፊት በመፈለግ እንዲሁም አስፈላጊውን የሙያ ዝግጅት በማድረግ እንደሆነም መዘንጋት የለበትም።በአንዳንድ አብያተ ክርስቲያናት እቅድና ፕላንን፣ ተጠያቂነትን፣ ባላደራነትን እንደ መንፈሳዊነትን ማጣት፣ የአእምሮ ሰው ብቻ መሆን መስሎ የሚታያቸው ሰዎች እንዳሉም

አንዘንጋው። ትችቱንና ንዝሕላልነቱን ት ተን በትጋት በእቅድ መሥራት እንዳለብን አንርሳ በማለት ምክሬን አስተላልፋለሁ።

እቅድን በምናወጣበት ጊዜ መጠንቀቅ ያለብን፣ እቅድን ስንከተል የመንፈስ ቅዱስን ምሪትና እግዚአብሔር የሚለንንም እርሱን እየጠየቅን አብረን ማስኬድ ይኖርብናል።

አንድ ቦታ በኢያሱ መጽሐፍ፣ ኢያሱና የእስራኤል ሽማግሌዎች በገባኦን ሰዎች መረጃ ሰምተው እግዚአብሔርን ባለመጠየቅ እንደተሳሳቱ፤ እኛም እንዳንስት እንጠንቀቅ እላለሁ። የእቅድ አስፈላጊነት ሥራችን፣ አገልግሎታችን እንዳይዝረከረክ ይጠቅመናል።

እግዚአብሔር ለሙሴ <እኔ በተራራው ላይ እንዳሳየሁ ተጠንቅቀህ ሥራ> በማለት ሲያስጠነቅቀው እናነባለን። በጥንቃቄ እቅድን ማዘጋጀት ባለአደራነትን ተረድቶና አስተውሎ፣ እግዚአብሔርን በመፍራት በእርጋታ የሚደረግ የአገልግሎት ክንውን ነው ማለት ይቻላል።

የእግዚአብሔር ቤት ሥራ በዓለም ካሉት መሥሪያ ቤቶች ይበልጥ በእቅድና በጥራት በተጠያቂነት መደረግ እንዳለበት ሊታመንበት ይገባል። የእግዚአብሔር አምላካችንን ሥራ የእርሱም አብሮነት እንዳለበት ሳንዘነጋው፣ በትጋት እንድንሠራው ጸጋውን ያብዛልን።

ባለ ራእይና ሕልም ያላቸው እንደ እነ ዮሴፍ፣ እንደ ነህምያ፣ እነ ዳንኤል ባሉበት በታና ሥራ፤ እግዚአብሔር ከእነርሱ ጋር እንዳለ በመረዳት፣ በእቅድና ሥራቸውን በመከታተል የሚሠሩ ታማኝ የእግዚአብሔር ባሪያዎች ነበሩ።

በአሁኑ ዘመን ያለን መሪዎችም ብዙ የአገልግሎት ሥራ የሚከናወነው በበጎ ፈቃደኞች ስለሆነ፣ እቅድና ክትትል የሚጠይቅ እንደሆነ መዘንጋት የለበትም። በሌላው በኩል እቅድን አለማዘጋጀት፣ ኃላፊነትንም ቸላ ማለት እንደሆነ፤ ኃላፊነትን አለመወጣትም ነው። በእዚህ ዓለም ስንኖር ለሁሉም ጊዜና ዘመን እንደተሰጠው መዘንጋት የለበትም።

እንዲሁም፣ በመሪዎች በኩል ሊደረግ የሚገባው የቤተ ክርስቲያን አገልግሎት፤ ባሪያና አገልጋይነት እንጂ፣ የሥልጣን መድረክ አይደለም። ሥራው መንፈሳዊ ስለሆነ፣ መሪ ሰዎችን በምንመርጥበት ጊዜ ችሎታን ብቻ ሳይሆን፤ መንፈሳዊ ሰዎችን መምረጥና ማሰማራት እንዳለብን ልንዘነጋው አይገባም። አገልግሎቱ መንፈሳዊነትን፣ ትሕትናን፣ ጥንቃቄንም የሚጠይቅ ነውና!

♣♣♣♣♣♣♣♣♣♣♣♣♣

ክፍል 3

የባለ ርእይ መሪ ሕይወት

1)ባለራእይ መሪዎች ምን ይመስላሉ

▶ እንደንሥር አርቀውና ከፍ አድርገው የሚመለከቱ ናቸው፣እንጂ ከሚታመሰው ጋር አብረው የሚታመሱ አይሆኑም(ኢዮ 39፡26_30)

▶ ያለፈውን ታሪክ ማንበብ ብቻ ሳይሆን፣መትርጎምም ይችላሉ።ዘመንና ጊዜያቸውንም ይጠቀማሉ፤ይመረምራሉ፤ያስተውላሉም፤(1ኛ ዜና 12፡32)

▶ የእግዚአብሔርን ቃል አፈጻጸምና አነጋገርም በማስተዋል ይረዳሉ። (ዳንኤል 9፡2)

▶ ባለራእይ መሪዎች እግዚአብሔር ለሕዝቡና ለሃሳቡ ስጦታ አድርጎ የሚሰጣቸው ናቸው(ዘፍ 37፡5_9፣ዘጸአ 3፡10_12፣ኤር 4፡11)

አገልጋይ መሪና መሪ አገልጋይ ያለው ልዩነት ሲገለጽ እንደድሚከተለው ይሆናል

▶ አገልጋይ መሪ በመጀመሪያ የአገልጋይነት መንፈስ በመያዝ ሌሎችን ለማገልገል እንጂ ለመገልገል ከመፈለግ የሚመጣ አይደለም፤

▶መሪ አገልጋይ መሪ መሆኑን እንጂ፣አገልጋይነትን የተረዳ እንደሆነ በመሪነቱ ያለውን ችግር ለመረዳት የሚያስቸግር አይሆንም፤

▶ጂም ክሊንስ እንደሚለው መሪ የማያቋርጥ፣እያደገ የሚሄድ፣በውስጡ ካለው ትህትና የተነሳ፣ታላቅነትን የሚለማመድ፣የሚተካውን ሰው የሚያዘጋጅ፣ይሄንንም ስኬታማ አድርጎ የሚረዳ ነው።

2)በእግዚአብሔር የሚመሩ መለያቸው የውሳኔ ኑሮአቸው ነው

▶የእግዚአብሔር ምሪት በጊዜ መርዘም ተገድቦ የሚቀር እንዳልሆነ ያውቃሉ(ዘፍ6፡13_18፣7፡13_16)

▶እግዚአብሔር እንዳለው ለመምራትና ለመታዘዝ የሕይወታቸው መመሪያ ነው(ዘፍ6፡22፤ዘጸ 25፡40)

▶እግዚአብሔር በሰጣቸው ምሪት፣መስዋዕት ለመሆንና ዋጋ ለመክፈል የተዘጋጁ ናቸው(ዘፍ39፡7_23፤ዳንኤል3፡13_18)

▶የእግዚአብሔርን መሪነት በመታመን እንደቃሉ ለመምራት ይወስናሉ(መዝ 32፡8፤ኢሳ48፡17)

3)ለምን አመራር አስፈለገ?

▶ እግዚአብሔር መሪና የሥር ዓት አምላክ ስለሆነ(ኢሳ33፡32፤1ቆሮ 1432_33)

▶ ሰላም እንዲሰፍን እርሱ የሰላም አምላክ በመሆኑ(1ቆሮ 14፡33፤ዮሐ 1427)

▶ የእግዚአብሔርን አመራርና ትምህርት ለማግኘት ስለሚጠቅም(መዝ 32፡8፤ኢሳ42፡16)

▶ የሚመራና ሚስጥርን የሚገልጥ አምላክ እንዳለ ሰዎች እንዲያውቁ ስለሚረዳ(ዳንኤል 2፡27_30፤ዘፍ 41፡16፤ዮሐ 15፡8)

▶ መልካሙን ምሪት ተከትሎ ሩጫን መጨረስ እንዲቻል(2ኛ ጢሞ 47_8፤ዮሐ 17፡4)

4)የእግዚአብሔር የሆነ ራእይ የሚከተሉት ይመስላል

▶ እንድናየው ያድርገናል(ሉቃ 2፡25_32)

▶ እንድንሰማው ያድርገናል(የሐዋ ሥራ 10፡11፤ራእ 1፡10)

▶ እንድናምነው ያደርገናል(ዘፍ 15፡6፤የሐዋ ሥራ 9፡6_7)

▶ እንድንጠብቀው ያድርገናል(ሉቃ 24፡49፤ዳንኤል 7፡28)

▶ የሚያጠፋው የለም(ዘፍ 45፡1_8፤ነህ 6፡15_16)

▶ ሲፈጸም ሲሆን እናየዋለን(ዘፍ42፡7፣12፤ኤር 29፡10_11፤ዳንኤል 9፡2)

▶ እንድናከብረው ያደርገናል(ዘፍ 41፡16፤ዳንኤል 27_30)

5)አመራር በመጽሐፍ ቅዱስ እይታ

▶ መሪዎች ስለመሩ እግዚአብሔርን አመሰገኑት ይላል(መሳ 5፡2)

▶ እስራኤል የሚገባውን ያድርግ ዘንድ ዘመኑን የሚያውቁ ጥበበኞች የይሳኮር ልጆች ነበሩ(1ዜና 12፡32)

▶ እግዚአብሔርም የአመራርና የአስተዳደርን ስጦታ የሰጣቸው እንዳሉ የእግዚአብሔር ቃል ያስተምረናል(1ቆሮ 12፡28)

▶ መሪዎች እንዴት እግዚአብሔርን በመስማትና በመታዘዝ መሔድ እንዳለባቸው ያስተምረናል(ዘጸ 25፡40፤ዘፍ 6፡22፤የሐዋ ሥራ 9፡6_7)

▶ አገልጋይና መሪ አገልግሎቱን በትህትና መምራትና ማገልገል አለበት(ዘኁል 12፡3፤ዮሐ 1፡27፤ማቴ 11፡29፤2ቆሮ4:1)

▶ አገልጋይና መሪ ሕዝቡን ሳይንቅ ዝቅ በማለት የሚያገለግልና የሚመራ፣ መሆን ይኖርበታል፤(ማቴ 20፡25_28)ዮሐ 12፡13_15፤ቆላስ 3፡23_25)

▶ በሌሎች መሪዎች ሥር መቀመጥ የማይችል መሪ መሆን አይችልም፤ (ሉቃ 7፡7_9፤ቆላስ 1፡25፤ዘጸ 33፡11)

▶ አገልጋይና መሪ የሚጸልዩና የእግዚአብሔርን ፊት የሚፈልጉ ሊሆኑ ይገባል(ነህ 1፡4)

♣መቀመጥና መጠበቅ አለባቸው(ሉቃ 24፡49)

♣የሚያለቅሱ፣የሚያዝኑና የሚረዱ መሆን አለባቸው(ማቴ9፡36)

♣የሚጸሙ መሆን አለባቸው(ዳንኤል 9፡3_19)

♣የሚጸልዩ መሆን አለባቸው(ነህ 1፡4)

▶ ጌታችን ኢየሱስ ክርስቶስ አገልግሎቱ፣ከአባቱ ጋር የነበረው ጊዜ፣በብዛት በጸሎት የሚያሳልፈው ነበር(ማቴ 14፡23፤ማር 1፡35፤ሉቃስ 21፡37)

▶ እኛስ ለቃሉና ለጸሎት እንተጋለን፤ይህንን ሥራ የሚሰሩ ምረጡ አሏቸው(የሐዋ ሥራ 6፡4)

▶ በእግዚአብሔር ፊት ለምናገለግለው ሕዝብ እንችል(እንሸከም)ዘንድ(ዘጸ 32፡32፤ሮሜ 9፡1_2)

▶ መጸለይን በመተው እግዚአብሔርን እንዳንበድል ያደርጋል፤(1ኛ ሳሙ 12፡2_3)

▶ የእግዚአብሔርን መልዕክት ለመቀበልና በእኛም እንዲጠቀም(ዘጸ 2412፤2ኛ ሳሙ23፡2፤ዳን 6፡10_12)

▶ በመንፈስ ቅዱስ ምሪት የመጸለይ ሚስጥር ከፈተና ይጠብቀናል፣ ያድናልም፤(ማቴ4፡1፤ሉቃ4፡1፤ሮሜ 8፡26_27)

▶ እግዚአብሔር መንፈስ ቅዱስ የሚለያቸውን እንዲለይና እንዲጠራ መጸለይ(ሉቃ 6፡12_13፤የሐዋ ሥራ 13፡2_4፤ኢሳ 6፡8)

7)የእንደዚህ አይነት መሪዎች ብርታታቸው

▶ የማይታይ ስውር አገልግሎት ይቀናቸዋል፤

▶ ዘመናቸውን የሚያሳልፉት ሌሎችን በማሳደግ ነው፤(ቲቶ 1፡5_11)

▶ በመንፈሳዊ አመራር የበሰሉም ቢሆኑም ለሌሎች እድል የሚሰጡ ናቸው(ፊል 2፡19_24)

▶ የግል አጀንዳ የሌላቸው ለሥልጣንና ለሃይልም ሲታገሉ የማይታዩ ናቸው(መዝ 27፡4)

▶ የእግዚአብሔርን መንግሥት ያሰፋል ብለው የሚያምኑበትን ነገር ለመወሰን ወደ ኋላ አይሉም፤(የሐዋ ሥራ 20፡24)

▶ በዘመናቸው የተፈተነና የነጠረ እውቀትና ጥበብ አላቸው፤(ዳን 2፡23፤ 510_12)

▶ እግዚአብሔር ላስቀመጣቸው ቦታ እርግጠኞችና የማይጠራጠሩ ናቸው፤ (2ጢሞ 4፡7_8)

▶ ጌታን ለማወቅ፣ፊቱን ለመፈለግ የማያቋርጥ ጥማት አላቸው፤(ፊል 310_11፤ዘጸ 33፡12_13)

▶ ከጌታ እግር ሥር ለመቀመጥ የሚመርጡ ናቸው፤(ሉቃ 10፡42)

8)አገልጋይና መሪ እግዚአብሔርን መስማት አለበት

▶ የሚሰማኝ በእርጋታ ይቀመጣል፣ከመከራ ስጋትም ያርፋል(ምሳ 1፡33)

▶ እግዚአብሔርን ቢሰሙት፣ቢያገለግሉት ዘመናቸውን በልማትና በተድላ ይፈጽማሉ(ኢዮ 36፡11)

▶ በጌታ ቀን በመንፈስ ነበርሁ፣በኋላዬም የመለከት ድምጽ የሚመስል ሰማሁ(ራእ 1፡10)

▶ መንፈስ ቅዱስም ፊልጶስን ወደዚህ ሰረገላ ቅረብና ተገናኘው አለው(የሐዋ ሥራ 8፡29)

▶ እግዚአብሔርም መጥቶ ቆመ፣እንደቀድሞውም ሳሙኤል፣ሳሙኤል፣ ብሎ ጠራው።።ሳሙኤልም ባሪያህ ይሰማልና ተናገር አለው።።(1ኛ ሳሙ 310)

▶ መስማትስ በጆሮ ሰምቼ ነበር፤አሁን ግን አይኔ አየችህ፤ስለዚህ ራሴን እንቃለሁ፣በአፈርና በአመድ ላይ ተቀምጬ እጸጸታለሁ፤(ኢዮ 42፡5_6)

▶ እረኞች ሰንፈዋልና እግዚአብሔርንም አልጠየቁምና አለተከናወነላቸውም፤መንጎቻቸው ሁሉ ተበትነዋል፤የወሬን ድምጽ ሰሙ፤ እነሆ የይሁዳ ከተሞች ባድማና የቀበሮ መደበቂያ ያድርጋቸው ዘንድ ከሰሜን ምድር ጽኑ ሽብር መጥቷል፤(ኤርም 10፡21_22)

▶ እርሱም የሰው ልጅ ሆይ፣በእግርህ ቁም እኔም እነግርሃለሁኝ፣አለኝ፡ በተናገረኝም ጊዜ መንፈስ ገባብኝ፣በእግሬም አቆመኝ፤የሚናገረኝንም ሰአማሁ(ሕዝ 2፡1_2)

▶ መንፈስም አነሳኝ፣በኋላም የእግዚአብሄር ክብር፣ከቦታው ይባረክ የሚል የነውጥውጥታ ድምጽ ሰማሁ(ሕዝ 3፡12)

▶ የጌታም ድምጽ፣ማንን እልካለሁ?ማንስ ይሄድልናል?ሲል ሰማሁ፤እኔም እነሆኝ ላከኝ አልሁ(ኢሳ 6፡8)

9)አገልጋይና መሪ በታማኝነት መኖር ይጠበቅበታል

▶ ለአገልግሎት ሾሞኝ ታማኝ አድርጎ ስለቆጠረኝ(1ኛ ጢሞ 1፡12)

▶ እምነታችንን እግዚአብሔር ላይ ማድረግ(ኤር17፡7)

▶ በእግዚአብሔር በመታመን በሰላም ለመኖርና ለዘላለም በእርሱ ለመታመን ስለሚረዳ(ኢሳ 26፡3_4)

▶ በእግዚአብሔር በመታመን በመከራ ጊዜ መሸሸጊያና መደብቂያ ስለሚሆን(ናሆም 1፡7)

▶ በእምነት መኖር በሕይወት ስለሚያኖር ዋጋንም ስለሚያሰጥ(ዕንባቆም 2፡4፤ዕብራ 11፡6)

▶ በእግዚአብሔር በመታመን ጽቅድንና ደህንነትን ያገኘንበት ስለሆነ(ዘፍ 15፡6፤ኤፌ 2፡8)

▶ የእግዚአብሔር ቃል የታመነ ስለሆነ(2ጢሞ 2፡11)

▶ የተስፋውንም ቃል የሰጠ እግዚአብሔር የታመነ ስለሆነ(ዕብ 10፡23)

▶ በጌታ ለሚታመኑ ሁሉ ይቻላል፤(ማር 9፡23)

10) መንፈሳዊነት በአመራር ውስጥ ያለው ጥቅም

▶ የእግዚአብሔርን ሃሳብ ከሰው ሃሳብ ለይቶ የሚያውቅ(ዘጸ 32፡17_18)

▶ የእግዚአብሔርን እውነት የማያመቻምች ነው(2ቆሮ 4፡1_2)

▶ እግዚአብሔር የሰጠውን ራእይ ለመፈጸም የሚተጋ(የሐዋ ሥራ 20፡24)

▶ እግዚአብሔር ሕዝቡ ርስቱ እንደሆነ ያውቃል፤(1ነገሥት 3፡5_13)

▶ ወደፊት ለመዘርጋት ከቀደሙት አባቶች መማር መቻል ትልቅ ነገር ነው(ገላት 2፡9)

▶ እራሳቸውን በመመርመር መጓዝ ያስችላቸዋል(2ቆሮ 13፡5)

▶ በእግዚአብሔርና በሰው ፊት እውነተኞች መሆን(ሉቃስ 1፡6)

▶ እራስን በመግዛት መኖር(ምሳሌ 16፡32፤2ጢሞ1፡7)

▶ በመጠን ለመኖር መወሰን(1ኛጢሞ 6፡6_9)

▶ በጌታ ፊት የቆይታን ጊዜ መወሰን(ኤፌ 3፡3፡1፣5)

▶ ከሁኔታዎች በላይ ጌታን ማየት(ሕዝ 8፡1_3)

▶ በእግዚአብሔር ፊት ቃሉን በቅንንት ማቅረብ(2ጢሞ 2፡15)

▶ ለራሱና ለትምህርቱ ይጠነቀቃል(1ጢሞ4፡16)

▶ በነገር ሁሉ ለማደግ የተዘጋጀ(1ጢሞ 4፡15)

▶ የጌታን አብሮነት የሚያውቅ(2ኛ ጢሞ 4፡17)

11) የራእይ ጥቅምና አስፈላጊነት

▶ 1)ከትልቁ እግዚአብሔር ወደ ትንሹ ሰው የሚመጣው ራእይ አልፎ እስከትውልድ የሚያልፍ ይሆናል

▶ 2)የመለኮታዊ ራእይ ለውጥን ብንፈራውም፣ለውጥን በሕይወታችን ይዞ መምጣቱ የማይቀር እንደሆነ ማወቅ አለብን።

▶ 3)እውነተኛ ራእይ በአለበት በታ ለውጥ አይቀሬ ነው፤

ለራእይም ታዛዥና የምንመች ያድርናል።

▶ 5)መለኮታዊ ራእይ ሕይወትን ፍሬያማ ያድርጋል፤(ዮሐ 15፡8)

▶ 6)ራእይ ተቀባዩ ለራእይ ሰጪ የተሰጠውን

በተጠራበት መጠራት፣በተግባር ሲያውለው ነው፤(ዮሐ 15፡6)

▶ 7)መለኮታዊ ራእይ የተቀበሉ ሰዎች፣ከእግዚአብሔር በቀር ማንንም አይፈሩም፤

▶ 8)ባለራእይ ለራስ ኖሮ ለራስ ለመሞት የተዘጋጀ ታጋይ አይደለም፤

▶ 9)መለኮታዊ ራእይ የመለኮታዊ ድፍረት፣ምንጭና ኃይል ነው፤

▶ 10)መለኮታዊ ራእይ እኛን ለውጦ ለውጥ አምጨዎች ለማድረግ የሚሰጥ ነው፤

12) መጽሐፍ ቅዱሳዊ ራእይ

▶ 1)ራእይ የእግዚአብሔር መለኮታዊ ሃሳብ የሚገለጽበት አንዱ መንገድ ነው።

▶ 2)ራእይ የሚለው ቃል ማየት፣መመልከት፣ማለት ነው።

▶ 3)ራእይ እግዚአብሔር ሊያድርገው ያለውን ለሰው ሲያሳየው፣ሲገልጸው ማለት ነው።

▶ 4)ራእይ ያልተጨበጠ የሩቅ እይታውን ተግባራዊ ሆኖ የሚገልጽ ነው።

▶ 5)ራእይ ያለውና የተቀበለው ሰው መሥዋእትነት እየከፈለ ለትውልድ ያስተላልፋል፣ያቀብላል።

▶ 6)ራእይ የተከፈተን በር ብቻ መጠቀም ሳይሆን፣የተዘጋንም በር የማስከፈት ኃይል አለው።

▶ 7)ራእይ ካየነውና ከተቀበልነው ምልክት ጋር ኃይልና መሪ ነው'(ራእ 110_11)

▶ 8)በለራእይ አገልግሎትን ከግል ሕይወቱና ከቤቱ ይጀምራል፤

▶ 9)በለራእይ ውጬን በማሸነፍ አይጀምርም፤ራስን በማሸነፍና በማስገዛት እንጂ፤

▶ 10)እግዚአብሔር ራእይ ሲሰጠን በእኛ ትንሽ እይታ ሳይሆን፣እኛን በእግዚአብሔር እይታና ራእይ ውስጥ ሆኖ ማየትን ማግኘት ነው።

13) ራእይን እንዴት እንቀበላለን?

▶ 1)የራይ ባለቤት እግዚብሔር ስለሆነ እግዚአብሔር ባስቀመጠው ሸክም መጸለይና መዘጋጀት ፣ከዚያም ግልጽ ሲሆንልን በእምነት ወደ ተግባር ማምጣት ነው።

▶ 2)ኖኅ አመጽ በበዛበት ዘመን ጽድቅን ሲጠማ እግዚአብሔር አንተና ቤተሰብህን ለማዳን መርከብን ሥራ በማለት ራእይን ሰጠው።(ዘፍ 613_18)

▶ 3)ነህምያ ለሕዝቡና ለሀገሩ በነበረው የውስጥ ሸክም በእግዚአብሔር ፊት ሲጸልይ እግዘእብሔር ራእይን ሰጠው(ነህም 1፡3_4)

▶ 4)ራእይ የሚፈልግ ሰው በሚያድርገው ነገር የማይረካ በውስጡ እግዚአሔር መሻትን መፈለግ እንዲኖረው ያድረገው ሰው ነው።

▶ 5)ራእይ ያለ ሰው እግዚአብሔር በሰጠው ራእይ እንጂ በሌላ መርካት አይችልም።

▶ 6)ማርቲን ሉተር <ሕልም አለኝ> ጥቁርና ነጭ በአንድነት ሲቀመጡ በማለት ተናግሯል፤ተሳክቷልም።

▶ 7)እግዚአብሔር ለዕንባቆም ራእዩን ጻፍ፤አይዘገይም፤ራእዩ ይቾኩላል በማለት ነግሮታል።(ዕን 2፡1_3)

14) ራእይ ምንድን ነው?

▶ 1)ራእይ በሌሎች የማይታየውን አርቆ የማየት ጥበብ ነው፤(ምሳሌ 5፡7)

▶ 2)ራእይ ዛሬ ላይ ቆሞ የመጪውን አርቆ ማየትና ማትኮር ነው።(ዕብራ 11፡24_26)

▶ 3)ጅማሬ ላይ ቆሞ ፍጻሜን የማየት አቅም ነው።(ኢዮ 8፡7)

▶ 4)ራእይ ከሁኔታዎች በላይ ከፍ ብሎ ማየትና ማሳየትን ያመለክታል፤ (ሕዝ 8፡3)

▶ 5)ራእይ ምኞት ሳይሆን፣ዛሬ ላይ ቆሞ በጽናት የሚያተኩር ነው፤ ላለማየት ምንም አይነት የጨለማ ኃይል አያግደውም።

▶ 6)ራእይ የልቦናችን አይኖች በመንፈስ ቅዱስ በርተው አሻግረን የምናይበት ፤እራሳችንን በመግዛት ጉልበት የምናገኝበት፣የመለኮታዊ አጀንዳ የምንሸከምበት፣መሳሪያ ወይም እቃ እንድንሆን የሚያድርግ ነው፡ ፡

▶ 7)ራእይ የተጨበጠ እይታ ሲሆን ፣እንደህልም ማታ ታይቶ ጧት የሚጠፋ አይደለም።

▶ 8)ዶ/ር ኪኒዝ ራእይ በአእምሮ የተከመረ የእውቀት ብዛት ሳይሆን፣ በትንሹ ጀምሮ በትልቁ ማስፈጸምን የሚያመለክት ነው።

▶ 9)ራእይ በችግርና በመከራ ጀምሮ በድልና በእረፍት መፈጸም ነው።

▶ 10)ራእይ የብዙሃንን ጥቅም አንድ ሰው ተቀብሎ፣ለብዙኀኑ ጥቅምና ተሳትፎ ማዋል ነው።

15) ራእይ ከእግዚአብሔር ለሰውና ለሕዝብ የሚሰጥ ነው፤

▶ 1)የእግዚአብሔር ቃል በኤሊ ዘመን፣ሰማይ ተዘግቶ ስለነበረ፣ራእይ ከእግዚአብሔር ቃል አይገለጥም ነበር።

▶ 2)እግዚአብሔር አብርሃምን ወደ ሰማይ ቀና ብለህ እይ?ወደ ሰሜን፣ወደ ደቡብ፣ወደ ም ዕራብና ወደ ምስራቅ ተመልከት፣የምታያትን ምድር ለአንተና ለዘርህ እሰጣልሁ(ዘፍ 13፡14_18)

▶ 3)እግዚአብሔር ለዮሴፍ በሕልም በግብጽና በውንድሞቹ ላይ የሚሆነውን፣በሩቅ ያለውን አሳየው(ዘፍ 37፡5_11)

▶ 4)እግዚአብሔር ለሙሴ በእሳት ቁጥቋጦ አማካኝነት ራእይ አሳይቶ ጠርቶታል፤(ዘጸ 3፡2_4)

▶ 5)እግዚአብሔር ለሕዝቅኤል ሰማያትን ከፍቶ አሳየው(ሕዝቅ 1፡1)

▶ 6)ዕንባቆም እግዚአብሔርን ሲጠብቅ ራዕይ አሳየውና፣ጻፈው፣ ተናገረው፣ግለጸው አለው፤(ዕንባ 2፡1_3)

▶ 7)ሐዋርያው ጳውሎስም ከሰማይ የሆነ ራእይ ተሰጠው፤(ሐዋር ሥራ 2619)

▶ 8)እግዚአብሔር ለሐዋርያው ዮሐንስ የሰባቱ አብያተክርስቲያናትን ሚስጥር በራእይ ገለጸለት(ራእይ 1፡1_11)

▶ 9)እግዚአብሔር የፈረሰውን ቅጥር እንዲሰራ ለነህምያ ራእይ ሰጠው፤(ነህም 1፡4)

▶ 10)እግዚአብሔር ወደ መቄዶንያ እንዲሄዱ በራእይ ተናገራቸው፤(ሐዋ ሥራ 16፡6_10)

<u>እግዚአብሔር በሰጣቸው ሕልምና ራዕይ እንዴት እንዳለፉት፤</u>

እግዚአብሔር አምላክ ከወንድሞቹ መካከል እንዴት ዮሴፍን ሕልም እንደሰጠውና በእግዚአብሔር በተሰጠው ሕልም እግዚአብሔር ወዳሰበለት ለማድረስ በዮሴፍ ሕይወት የገጠሙት ክፉና መልካም ሰዎች እንመለከታለን።ሕልሙን ያለመው ዘፍ 37፡5_11 ሲሆን ሕልሙን እንዳለመው መጀመሪያ ወንድሞቹ በቅናት ተነሱበት።ዮሴፍን ለመግደል በጉድጓድ ውስጥ አስገቡት፤ከዚያም ከምንገድለው ብንሸጠው ይሻላል በማለት ለእስማኤላዊ ብንሸጠው ይሻላል፣በማለት ለእስማኤላውያን ነጋዴዎች ወደ ግብፅ ሸጡት፤እነርሱም ወደ ግብጽ ወሰዱት።ዮሴፍ ግን ወደ ግብጽ ወረደ የፈርዖንም ጃንደረባ የዘበኞችም አለቃ የሚሆን የግብፅ ሰው ጴጥፋራ ወደ ግብጽ ካወረዱት ከእስማኤላውያን እጅ ገዛው።

እግዚአብሔር ከዮሴፍ ጋር ነበር፣በጌታውም ፊት ሞገሰን ሰጠው፤የጌታው ሚስት በዮሴፍ ፍቅር ተይዛ አይኗን ጣለችበት።(ዘፍ 39፡7_12) ዮሴፍም

እንዴት የጌታውን ሚስት እደፍራለሁ?በእግዚአብሔርም ፊትስ እንዴት ኃጢያት እሰራለሁ?በማለት ልብሱን ጥሎ ሸሸ።የጲጥፋራ ሚስትም በክፋት በውሸት ሊደፍረኝ ነበር፣በማለት ወደ እስር ቤት እንዲጣል አሰደረገችው።

ዮሴፍ በእስር ቤት ሲጣል እግዚአብሔር ከእርሱ ጋር ነበር።ዮሴፍን በእስር ቤቱ አለቃ ፊት ሞገሥን ሰጠው፤የታሰሩት የፈርዖን ባለሟሎች ሁለቱ በአንድ ሌሊት ሕልም አለሙና ዮሴፍ ፈታላቸው፣ሲወጡም እንዲያስቡት ለመናቸው፤እነርሱ ግን ዮሴፍን ረሱት።የእግዚአብሔር ጊዜ ሲደርስ እግዚአብሔር ለፈርዖን ሁለት ጊዜ ሕልምን አሳየው፤የፈርዖንን ሕልም አስማተኞች ሊፈቱት አልቻሉም።በዚህን ጊዜ ነበር ሕልሙን የፈታለት የፈርዖን ባለሟል ይህን ሕልም የሚፈታ አንድ ዕብራዊ ጎልማሳ ከእኛ ጋር ነበር፤ለእሱም ሕልማችንን ነግረነው ተረጎመልን፤ለእያንዳንዱም እንደሕልሙ ተረጎመልን፣እንደተረጎመልን ሆነም።እኔ ወደ ሹመቴ ተመለስሁ፣እርሱም ተሰቀለ።(ዘፍጥ 41፡9_13)።

ዮሴፍን ወንድሞቹ ውደ ጉድጓድ መጣል፣መጨረሻም ለሃያ ብር መሸጥ የጲጥፋራ ሚስትም በተንኮል ወደ እስር ቤት ብታስጥለውም፣ዮሴፍ በአምላኩ በእግዚአብሔር በመታመኑ፣እግዚአብሔር ከዮሴፍ ጋር ስለነበረ፣ አሁን እግዚአብሔር ወደ ሰጠው ሕልምና ራዕይ በእግዚአብሔር ጊዜ

ሲያመጣው እንመለከታለን።ይህም ለፈርዖን ሕልም በማሳየት ሲሆን ፈርዖንም የሕልሙን ፍቺ ለማወቅ ዮሴፍን አስጠራው።ከግዞት ቤትም አስቸኮሉት፣ጺጉሩንም ተላጨ፣ልብሱንም ለውጦ ወደ ፈርዖን ገባ።ፈርዖንም ዮሴፍን አለው፣ሕልምን አየሁ የሚተረጉምልኝ አልተገኘም፣ሕልም ሰምተህ እንደተረጎምክ ስለአንተ ሰማሁ።ዮሴፍም ለፈርዖን እንዲህ ብሎ መለሰለት፣ ይህ በእኔ አይደለም፣እግዚአብሔር ግን ለፈርዖን በደህንነት ይመልስለታል፡ (ዘፍጥ 41፡14_16)

እግዚአብሔርም ለዮሴፍ ፈርዖን ያለመውን ሁለቱንም ፍቺውን አስታወቀው፤ፍርዖንም ዮሴፍን በግብጽ ሀገር ሁሉ ላይ ሾመው፤(ዘፍጥ 4138_43)እግዚአብሔርም በሰጠን ራዕይና ሕልም ላይ ክፉና መልካም ሰዎች ሊገጥሙን እንደሚችሉ የዮሴፍ ሕይወት ለትምህርታችን ተጻፈ።እኛ በእግዚአብሔር ጸንተን ከታመንን የሚገጥሙን ችግሮች ሁሉ ወደ እግዚአብሔር ሃሳብ ቀድሞ ወዳየልን የሚያደርሱን የሚገፉን ሁኔታዎች ናቸው።

እግዚአብሔር ለፈርዖን እንዳሳየው ሁለት ሕልሞች የጥጋቡ ዘመን አልፎ የረሃቡም ዘመን መጣ።የዮሴፍ ቀንድሞች በረሃቡ ዘመን ወደ ግብጽ መጡ፤በዮሴፍም ፊት ሰገዱ፤እግዚአብሔርም በዮሴፍ የተናገረው ሕልም ሁሉ ይፈጸም ዘንድ አይናቸው አየች።<ዮሴፍም በእርሱ ዘንድ ቆመው

ባሉት ሰዎች ሁሉ ፊት ሊታገሥ አልተቻለውም፤ሰዎቹንም ሁሉ ከፊቴ አስወጡልኝ ብሎ በመጮኽ ተናግሮ፣ለወንድሞቹ ራሱን በገለጠ ጊዜ በፊቱ ማንም ሰው የቆመ አልነበረም።ቃሉንም ከፍ አድርጎ አለቀሰ፤የግብጽ ሰዎችም ሰሙ፣በፈርዖንም ዘንድ ወሬው ተሰማ፤ዮሴፍም ለወንድሞቹ እኔ ዮሴፍ ነኝ፤አባቴ እስከአሁን በሕይወት ነውን?አለ።ወንድሞቹም ይመልሱለት ዘንድ አልቻሉም፤በፊቱ ደንግጠው ነበርና፤ዮሴፍም ወንድሞቹን ወደ እኔ ቅረቡ አለ።ወደ እርሱም ቀረቡ።እንዲህ አላቸው፣ወደ ግብጽ የሸጣችሁኝ እኔ ወንድማችሁ ዮሴፍ ነኝ፤ አሁንም ወደ እዚህ ስለሸጣችሁኝ፣አትዘኑ፤አትቆርቆሩ፣እግዚአብሔር ሕይወት ለማዳን ከእናንተ በፊት ሰዶኛልና፣ይህ ሁለቱ አመት በምድር ላይ በምድር ላይ ረሃብ የሆነበት ነውና፣የማይታረስበትና የማይታጨድበት፣ አምስት አመት ገና ቀርቷል፡ እግዚአብሔር በምድር ላይ ቅሬታን አስቀረላችሁ ዘንድ በታላቅ መድኃኒት አድናችሁ ዘንድ ከእናንተ በፊት ላከኝ።አሁንም እናንተ ወደዚህ የላካችሁኝ፣ አይደላችሁም፣እግዚአብሔር ላከኝ እንጂ።ለፈርዖን እንደአባት አደረገኝ፣ በቤቱም ሁሉ ላይ ጌታ በግብጽም ምድር ሁሉ ላይ አለቃ አደረገኝ፣(ዘፍጥ 45፡1_8)እዚህ ላይ የምንመለከተው፣ዮሴፍ በአለፈበት መልካምና ክፉ ሁኔታዎች በዚህ ሁሉ ጊዜ ከእርሱ ጋር የነበረውን አምላኩን እግዚአብሔርን እንዲይከብር አድርጎታል፣እንጅ እንዲታበይ አላደረገውም።ይህንን ሁሉ

ያደረገው እግዚአብሔር ነው በማለት ለወንድሞቹም ሲያስረዳቸው እናያለን።ይህን ሁሉ ካስረዳቸውና ከተንከባከባቸው በኋላ አባታቸው ሲሞት ያሰቡትን እንመልከት።

<የዮሴፍ ወንድሞች አባታቸው እንደሞተ ባወቁ ጊዜ እንዲህ አሉ፣ ምናልባት ዮሴፍ ይጣላን ይሆናል፣ባድርግንበት ክፋት ሁሉ ብድራት ይመልስብን ይሆናል፣ብለው አሰቡ፣ስለዚህም ወደ ዮሴፍ መልክት ላኩበት፤ እንዲህም አሉት፣<አባትህ ገና ሳይሞት እንዲህ ብሎ አዟል፣ ዮሴፍን እንዲህ በሉት፣እባክህ የወንድሞችህን በደል ኃጢያታቸውን ይቅር በል፣እነርሱ በአንተ ከፍተውብሃልና አሁንም እባክህ የአባትህ አምላክ ባሪያዎችህን የበደሉህን ይቅር በል።ዮሴፍም ይህንን ሲሉት አለቀሰ፡ወንድሞቹም ደግሞ መጡ በፊቱም ሰግደው እነሆ እኛ ለአንተ ባሪያዎች ነን፣አሉት፤ዮሴፍም አላቸው፣አትፍሩ እኔ በእግዚአብሔር ፈንታ ነኝን?እናንተ ክፉ ነገር አሰባችሁብኝ እግዚአብሔር ግን ዛሬ እንደሆነው ብዙ ሕዝብን እንዲድን ለማድረግ ለመልካም አሰበው።አሁንም አትፍሩ እኔ እናንተንና ልጆቻችሁን እመግባችኋለሁ።አጽናናቸውም ደስ አሰኛቸውም>ብሎ ተጽፏል።(ዘፍጥ 50፡15_21)

የእግዚአብሔርን ሰዎች በክፉና በቅናት የሚነሱባቸው፣ሰዎች ሁሉ እየተንሳቆሉና እየተጎዱ የሚኖሩ ናቸው።እግዚአብሔር ሕልምንና ራእይን

የሚሰጣቸው ሰዎች ግን የራእዩና የሕልሙ ባለቤት እግዚአብሔር በክፉም በምልካምም በሕይወታችን የሚመጡትን ሰዎች እግዚአብሔር ለእኛ ሕይወት መሰረያና ለእግዚአብሔር ክብር እንዲሆን ይጠቀምበታል፡በዮሴፍ ሕይወት ባለፈበት ሁሉ የምናየው ይህንን ነው፡፡እኛ ምናልባት ሁኔታዎች ሁሉ እግዚአብሔርን በመታመንና በመጽናት በመጠበቅ የሚገኘውን ድል እንድንቀዳጅ ያድርገናል ማለት ነው፡፡

እግዚአብሔር በዳዊትም የሕይወት ዘመን ከልጅነት እስከ ሽምግልና በአልፈበት ውጣ ውረዶች ሁሉ፣በገጠሙት መልካምና ክፉ ሰዎችና ሁኔታዎች እግዚአብሔር በዳዊት ሕይወት የአሰበውንና ፍቃዱ የሆነውን እንዲያከናውንበት እንዲጠቅመበት አድርጎታል፡፡እግዚአብሔር ዳዊት ገና ሳይቀበና እናትና አባቱም ልጅ አላችሁን ሳይባሉ እንዲህ ብሎአል<አባትና እናቴ ትተውልኛልና እግዚአብሔር ግን ተቀበለኝ>መዝ 27፡10 በማለት እግዚአብሔርን የለመነበት ነበር፡፡

<ሳሙኤልም እግዚአብሔርና የተናገረውን አድረገ ወደ ቤተልሔምም መጣ፡፡የአገሩም ሽማግሌዎች እየተንቀጠጡ ሊገናኙት መጡና የመጣኸው ለደህንነት ነውን?አሉት፡፡እርሱም ለደህንነት ነው፣ለእግዚአብሔር እሰዋ ዘንድ መጣሁ፣ቅዱሳን ሁኑ፣ከእኔም ጋር ወደ መሥዋዕቱ ኑ አለ፡፡እሰይና ልጆቹንም ቀደሳቸው፣ወደ መሥዋዕቱም ጠራቸው፡፡(1ሳሙ 16፡4_5)

ዳዊትም? አስቀድሞ እንደተናገረው አባትና እናቱ ሌላ የቀረ ልጅ አላችሁን?እስኪባሉ ዳዊትን ረሱት፤የጠራውና የሚቀባው እግዚአብሔር ግን አልረሳውም ነበር።(1ኛ ሳሙ 16፡11_13)ዳዊት ከተቀባ በኋላ የራሱ ወንድም እንዲህ አለው፤<ታላቅ ወንድሙ ኤልያብ ከሰዎች ጋር ሲነጋገር ሰማ፣የኤልያብም ቁጣ በዳዊት ላይ ነደ፣ለምን ወደዚህ ወረድህ?እነዚያንም ጥቂት በጎች በምድረ በዳ ለማን ተውሃቸው?እኔ ኩራትህን የልብህንም ክፋት አውቃለሁና ሰልፉን ለማየት መጥተሃል አለው።እኔ ምን አደርግሁ ይህ ታላቅ ነገር አይደለምን?አለ።1ሳሙ 17፡28_29)እግዚአብሔር ለዳዊት የሚለውና ወንድሙ የሚለው የማይገናኝ ሃሳብ ነበር።እግዚአብሔር ለዳዊት የሚለው እንመልከት እግዚአብሔር እንደልቡ የሆነ ሰው መርጧል፣ እግዚአብሔር ያዘዘህን አልጠበቅህምና እግዚአብሔር በሕዝቡ ላይ አለቃ ይሆን ዘንድ አዞታል አለው።1ሳሙ 13፡14 እንግዲህ እዚህ ላይ እግዚአብሔር እንደልቤ ሲለው፣ወንድምየው የልብህን ክፋት ብሎት ነበር፡ ወንድሙ የሚለው የእግዚአብሔርን ዓላማ የሚቃወም ነበር እንጂ፣ ዳዊትን የሚያበረታታ አልነበረም፤የእግዚአብሔር ዓላማ በሕይወታችን ሲኖር በውስጥና በውጬም መልካምና ክፉ ሰዎች ሊገጥሙን ይቻላሉ፡ በዳዊት ሕይወት የእግዚአብሔር አላማ ስላለ፣የወንድሙ ቁጣና ዘለፋ ሳይበቃው፣አሁን ደግሞ ንጉሡ ሳዖል እርሱን ለመግደልና ለማጥፋት ተነሳ፤

በቃሉ ላይ <ሳዖልም ዳዊትን ከግንቡ ጋር አጣብቄ እመታዋለሁ ብሎ፣ጦሩን ወረወረ፤ዳዊትም ሁለት ጊዜ ያህል ከፊቱ ዘወር አለ፤እግዚአብሔርም ከእርሱ ጋር ስለነበረ፣ከሳዖልም ስለተለየ ሳኦልም ዳዊትን ፈራው።1ሳሙ 18፡11_12)

ሳኦልም ዳዊትን የእድሜ ልክ ጠላቱ እንዳደረገው ቃሉ ይነግረናል።(1ሳሙ 18፡19)የእግዚአብሔር ዓላም በዳዊት እስከሚፈጸም ድረስ፣በዳዊት ሕይወት ለገጠሙት ውጣ ውረዶች በአምላኩ ልቡን በማበረታታት፣ እየተወጣቸው አልፏል።(1ሳሙ 30፡6)በሕይወታችን ጉዞ መልካምና ክፉ ሰዎች ቢገጥሙንም እኛ ለተጠራንበት ሕይወት በእምነትና በጽናት ከተጠበቅን የድሉ ባለቤቶች እንድንሆን የሚያደርግ የታመነ አምላክና ጌታ አለን።<ዳዊት በዘመኑ የእግዚአብሔርን ሃሳብ ካገለገለ በኋላ አንቀላፋ ይለናል ቃሉ።(ሥራ 13፡36)በማለት መልካም ፍጻሜውን ይነግረናል።

<u>ጌታችን ኢየሱስ ክርስቶስ ያለፈባቸው</u>

የጌታችን የመድኃኒታችን የኢየሱስ ክርስቶስን ታሪክ ከመወለዱ እስከ መስቀል ሞቱ እንመልከት።ኢየሱስ ክርስቶስ በቤተልሔም ተወለደ ሲባል ንጉሡ ሄሮድስ በቤተልሔም አካባቢ ያሉትን ከሁለት ዓመት በታች ያሉትን ወደ ሁለት ሺ ሕጻናት ለማስገደል እንዳሰበ እግዚአብሔር ለዮሴፍ በሕልም

ስለገለጸለት እንደቃሉ መሰረት ዮሴፍ ሕጻኑን ኢየሱስን ይዘው ወደ ግብጽ ሸሹ፤ሄሮድስ መሞቱን በሕልም ሲረዱ ተመለስው ወደ ናዝሬት በመምጣት በአናጺነት ሥራ ይተዳደሩ ነበር።ጌታም በአናጺነት ሥራ አደገ።

ጌታችን ኢየሱስ ክርስቶስ በሰላሳ አመቱ በመጥምቁ ዮሐንስ እጅ ተጠመቀ፤ ከተጠመቀም በኋላ ወደ በመንፈስ ወደ ምድረ በዳ ተወሰደ።አርባ ቀንም ከጾመ በኋላ በዲያቢሎስ ተፈተነ።ጌታችን በድል የዲያቢሎስን ፈተና ካለፈ በኋላ የእግዚአብሔርን መንግሥት ወንጌል መስበክ ጀመረ።ይህንን የመንግሥት ወንጌል መስበክ ሲጀምር ጻፎችና ፈሪሳውያን በተቃውሞ ተነሱበት፤እርሱ ግን የመጣበትን የመንግሥቱን ወንጌል አጀንዳ መስበኩንና የዲያቢሎስን ሥራ ማፍረሱን ቀጠለበት።በዚህም ምክን ያት በሃይማኖት መሪዎችና በወቅቱ በነበረው የመንግሥት አመራርም ጭምር እርሱን ለማጥፋትና ለመግደል በየጊዜው በክፉ ሴራ ይመካከሩ ነበር።

ጌታችን ኢየሱስ ክርስቶስ ያለፈበት ይሄ መንገድ ሁሉ፣ለእኛ ለትምህርታችን ስለሆነ በማስተዋል እነመልከተው፤ከውጭ የሃይማኖት መሪዎችና መንግሥት ከውስጥ የራሱ ደቀመዛሙርት የመጣበትን አላማ ለማጨናገፍ የተለያየ ነገር ቢያድርጉም ያ የሚያደርጉት ነገር እንደውም የመጣበትን አላማ ማስፈጸሚያ ሲሆኑ እናያለን፤እኛ የእግዚአብሔር ፈቃድና ሃሳብ እስካገለገልን ድረስ የሚመጡብን ችግሮችና ፈተናዎች ወደ እግዚአብሔር

ዓላማና ሃሳብ የሚያድርሱን ይሆናሉ ማለት ነው።የእኛ ሃላፊነት ክፉን በክፉ እንድንመልስ ሳይሆን የሚገጥሙንን ችግሮችና ፈተናዎች ለእግዚአብሔር አሳልፈን በመስጠት ጸንተን መቆም ይኖርብናል።

ከጌታችን ኢየሱስ ክርስቶስ ሕይወት የምንማረው ይህንን ነው፤በይሁዳ ላይ እንኳን ፍቅሩ ሳይቀንስ ከአሥራ ሃንዱ ጋር የእርሱንም እግር አብሮ ነበር ያጠበው።ወዳጅ አሳልፎ ሲሰጥ ነገሩ ከባድ ቢሆንም ጌታችንን ግን የገፋው ወደ እግዚአብሔር ዓላማና ወደ መጣበት ተልዕኮ ነበር።ስለዚህ በሕይወታችን መልካምም ክፉም ሰዎች ወደ እግዚአብሔር ዓላማ ሊገፉን ወይም ከእግዚአብሔር ዓላማ ሊያርቁን ይችላሉና እኛ ግን በእግዚአብሔር ሃሳብ ውስጥ መሆናችንን ብቻ እርግጠኞች መሆን ይኖርብናል፤ጌታችን አባቱ የሚለውን በማድረጉ ላይ እርግጠኛ ነበር።እኛስ እግዚአብሔር ያለን ላይ ነው ወይ የምናተኩረው?ብለን ራሳችንን መጠየቅ ይኖርብናል፡ በጌታችን ኢየሱስ ክርስቶስ ሕይወት የሰለጠነው የአባቱን ፍቃድ ብቻ ለማድረግ ነበር።እኛም ለራሳችንና ሰዎች ለሚሉት ፈቃድ ሞተን የእግዚአብሔርን ፈቃድ አገልግለን ለማለፍ ዝግጁ መሆን አለብን፡ ለአገልግሎት በሕልምም በራእይም የተጠሩ ሁሉ በመከራ ጸንቶ መቆምን ከጌታችን ሕይወት በመማር እንድንረዳ በወንጌል ተጽፎ ተላልፎልናል።

የሐዋርያው ጳውሎስ ሕይወትና አገልግሎት

የሐዋርያው ጳውሎስ አገልግሎትና ሕይወት ተቃውሞ የጀመረው፣የጌታን ድምጽ ሰምቶ ካመነና ከተጠመቀ በኋላ ነው።።በተለይ ወደ ቅዱሳን ኅብረት ሲመጣ የገጠመው ተቃውሞ እስከ እለተ ሞቱ ድረስ ነበር።።ሐዋርያው ጳውሎስ የውስጥም የውጭም የማያቋርጥ መከራ ደርሶበታል፡ድብደባው፣ እስራቱ በወንድሞች የደረሰበት መከራ እንዲሁም በሥጋው ያየው መከራ ቀላል አልነበረም።።እንደውም የሰይጣን መውጊያ ሆኖ የተሰጠው ሥቃይ ደግሞ የእግዚአብሔርን ጸጋ በይበልጥ እንዲያይ አድርጎታል።።

በሐዋርያው ጳውሎስ በውስጥም በውጭም የነበረበት ተጋድሎ ከእግዚአብሔር የተሰጠውን የተልዕኮ ዓላማ ወደ ግቡ እንዳይደርስ ሩጫውን ለማስቆምና ለማደናቀፍ የተደረገ የጠላት ሥራ ነበር።።ሐዋርያው ጳውሎስ ግን ለተጠራበት ዓላማ በመጨከን የተነሳና የቆረጠ ስለነበረ፣ የውስጥም የውጭም ፈተናዎች ወደ እግዚአብሔር ዓላማና ግብ የሚገፉትና የሚወስዱት ነበሩ እንጂ ወደ ኋላ ሲጎትቱት አንመከትም፡ ከእግዚአብሔር ጋር ለጀመርነው የሕይወት ጉዞና አገልግሎት አልጋ በአልጋ ይሆንልናል ብለን ከምናስብ ይልቅ፣በእግዚአብሔር ጸጋ ጸንተው የጨረሱትን ሰዎች ሕይወት ለትምህርታችን እንደጻፈ ልንረዳ ይገባል።።

ምናልባትም ደግሞ ለወንጌል መከፈል ያለበትም ዋጋ ለመክፈል ያልተዘጋጀን ካለን ለመዘጋጀት እንዲረዳን ይሁን።

ሐዋርያው ጳውሎስ በውስጥም በውጭም ያለው ችግር ብቻ ሳይሆን <ሁሉም ተውኝ> ካለ በኋላ <የስብከቱ ሥራ በእኔ እንዲፈጸም ጌታ አጠገቤ ሆኖ አበረታኝ፣ከአንበሳም አፍ ዳንሁ፤ጌታም ከክፉ ነገር ሁሉ ያድነኛል፤ ለሰማያዊውም መንግሥት ይጠብቀኛል፤ለእርሱም ከዘላለም እስከዘላለም ክብር ይሁን፤አሜን(2ጢሞ 4፡18)

እግዚአብሔር በሰጠን አገልግሎት የእርሱ ታማኝነትና ጥበቃ ከእኛ ጋር እንደሆነ፣መታመን ይኖርብናል።በእርሱ ልናምን ብቻ ሳይሆን ስለስሙም መከራን ልንቀበል፣ተጠርተናል፤ሆኖም በዓለም ሳለን መከራ ቢኖርብንም፣ ጌታችን ኢየሱስ ክርስቶስ አለምን ስላሸነፈው እኛንም በምናልፍበት ችግር ሁሉ፣ከአሸናፊዎች እንድንበልጥ የሚያደርገን ጸጋና የመንፈስ ኃይል ከእኛ ጋር ይሆናል።

♣♣♣♣♣♣♣♣♣♣♣

ክፍል 4

የባለርእይ መሪ አስፈላጊነትና ጥቅም

<u>ውጤታማ የአመራር ሽግግር</u>

ስለ ፓስተር ዶ/ር ይርዳው ተሰማና ቤተሰቡ እግዚአብሔር ይባረክ እላለሁ፡ እኔ በእዚህች በአላኝ ትንሿ ዘመን በኢትዮጵያውያን በእዚህ እርሶ የመጀመሪያው መጽሐፍ በማየቴ ለእዚህ አስተዋጽኦ ላደርገው ፓስተር ዶ/ር ይርዳው ትልቅ አክብሮት እየሰጠሁ ጌታ ይባርክህ እላለሁ።

ስለጤናማና ውጤታማ አመራር መጽሐፍ ቅዱሳችን የእግዚአብሔር ቃል ከሁሉም በላይ የሚናገረው አለው።እንደውም ብዙ ስለአመራር የጻፉት ጸሐፊዎች መነሻቸው መጽሐፍ ቅዱስ ነው።

በእርግጥ በመጽሐፍ ቅዱስ የመልካም ነገሮችን ምንጭ ብቻ ሳይሆን የምንማረው ውጤታማ ያልሆኑትንም የአመራር ሽግግሮች ይዞ ይገኛል።

የእግዚአብሔር ቃል በብሉይና አዲስ ኪዳን ዘመን ጊዜ የማይዘው ጌታ እኛ መዘመንና በጊዜ ለተወሰነው ትውልድን ሁሉ የራሱን አላማ ለማስፈጸም ግለሰቦችን እንዴት በመሪነት ሲያስነሳና ሲጠቁም እንደነበረ ያሳየናል፡ እንዲሁም መሪዎች እንዴት እንደመሩ እንደምሳሌ ለትውልዶች ሁሉ

ያሳየናል።ስለጤናማና ውጤታማ የአመራር፣ሽግግሮች፣ከብሉይ ኪዳን፣ ሰዎችን እንዲሁም ከአዲስ ኪዳን ሦስት ሰዎችን በአጭር በአጭሩ እንመለከታለን።

1)<u>የሙሴና የኢያሱ የአመራር ሽግግር</u>

መጽሐፍ ቅዱሳችን አንዱ የጤናማ የአመራር ሽግግር ከሚነግረን በሙሴና በኢያሱ የተድረገው የአመራር ሽግግር ነው፤ይህም ሲባል ሁሉን አስቀድሞ የሚያውቀው እግዚአብሔር አምላክ ነበርና በቃሉ ላይ እንደሚለው<አቤቱ፣አንተ እነሆ የቀድሞውንና የኋላውን አወቅህ፣አንተ ፈጠርኸኝ፣እጅህንም በላዬ አድረግህ ይላል፣(መዝ 139፡5)እግዚአብሔርም በዚህ እውቀቱ በሙሴም ሆነ በኢያሱ ሕይወት ይሰራ እንደነበረ እንረዳለን።

ይህ እግዚአብሔር ሙሴን ወደ ከንዓን እንደማይገባ ከመናገሩ በፊት፣ ኢያሱን እግዚአብሔር በሙሴ ልብ ውስጥ እንዲቀመጥ እያደረገው ነበር፤ የእግዚአብሔር ቃል እንዲህ ይላል፣<ኢያሱም አማሌቅንና ሕዝቡን በሰይፍ ስለት አሸነፈ።እግዚአብሔርም ሙሴን የአማሌቅን ዝክር ከሰማይ በታች ጨርሼ እደመስሳለሁና ይህን ለመታሰቢያ በመጽሐፍ ጻፈው፤በኢያሱም ጆሮ ተናገረው፣አለው።ዘጸ 17፡13_14 ይህም ኢያሱ በእግዚአብሔር አሳብ

መኖሩን የሚያመለክተን ክፍል ነው፡፡እንዲሁም ምድሪቱን ይሰልሉ፤ዘንድ ሙሴ የላካቸው ሰዎች ስም ይህ ነው፤ሙሴም የነዌን አውሴን ኢያሱ ብሎ ጠራው(ዘኍል 13፡16)

እነዚህ የሚከተሉት ሃሳቦች ውጤታማ የአመራር ሽግግር ከሚለው ከፓስተር ዶ/ር ይርዳው ተሰማ መጽሐፍ የተወሰደ ነው፤

▶ ኢያሱን ከሌሎች መካከል መለየትና ትኩረት ውስጥ ማስገባት መቻሉ፣

▶ ኢያሱን የእርሱ ረዳት በመሆን እንዲያገለግል መምረጡ

▶ ኢያሱን የሙሴን አጠቃላይ የሕይወት የአመራር አገልግሎት የውሳኔ አሰጣጥ ሂደት ዝርዝር፣ተግባራዊ እንቅስቃሴዎች ፈተናዎችና ድሎች ማየትና መከታተል እንዲችል እድል መስጠቱ፣

▶ ሙሴም በኢያሱ ላይ እምነት የነበረው መሆኑ፣

▶ አስፈላጊ በሆነ ጊዜ ሁሉ በእስራኤል ሕዝቦች አንዳንድ ቁልፍ የታሪክ ክንውኖች ውስጥ ኢያሱ የመሪነት ሚና እንዲጫወትና በታሪክ ክንውኖች ውስጥ እንዲሳተፍ እድል መስጠቱ

▶ እግዚአብሔር ለሙሴ የእርሱ ዘመን አመራር ማብቃቱንና ለተተኪው ሃላፊነቱን ማስረከብ ያለበት መሆኑን በተናገረው ጊዜ ሙሴ ኢያሱን

እንደጠላት አለመቁጠሩና ለውጤታማ የአመራር ሽግግር በፍቃደኝነት መዘጋጀቱ፣

▶ በአጭር ጊዜም ከራሱ ባለፈ ኢያሱንና የእስራኤልን ሕዝቦች ለአመራር ሽግግር ማዘጋጀቱ፣እንዲሁም፣

▶ በፈቃደኝነት የመሪነትን ሃላፊነት በሕዝቡ ፊት ወይም በይፋ ለኢያሱ አስረክቦ፣ግልጥ ስንብት ማድረጉንና የመሳሰሉትን ነጥቦች፣ስንመለከት በሙሴ የታሰበና የታቀደ ባይመስልም፣ሂደቱ በዋናው መሪ በእግዚአብሔር መከናወኑን ያሳያል።ይህም ደግሞ እግዚአብሔር በመሪዎች መካከል የውጤታማ የአመራር ሽግግር አስፈላጊነትና ዝግጅት፣በጣም ወሳኝ ለመሆኑ፣አጽናኦት የሚሰጥ ነው።ታዲያ ይህ የእግዚአብሔር የአሰራር መርህ፣የመሪዎችም ተግባር መሆን እንዳለበት ትኩረት ሰጥተን ልናስተውል ይገባል።

ሙሴን በሁሉም አቅጣጫ ስንመለከት፣ምትክ የሌለው ትሁትና እውነተኛ መሪ እንደነበረ፣ከታሪኩ መረዳት ይቻላል።ኢያሱንም በማበረታትና እርማትንም ሆነ ምክርን በመስጠት በነገር ሁሉ ምሳሌነቱን በማሳየት የሚመራ የእግዚአብሔር ባርያ ነበር።

149 | አበራ ተሰማ

ዶ/ር ማይልስ ሲናገሩ፣መሪ አገልግሎቱን ሲጀምር፣ማሰብና መዘጋጀት ያለበት፣ስለሚተካው ቀጣይ አገልጋይ ነው፣ይላሉ።ይህን የሚተካውን የሚያዘጋጅ መሪ ቤት መሥራት ጀምሮ ሳይደመድመው የጉድፍ መጣያ ሊሆን እንደሚችል ጌታ ኢየሱስም በምሳሌ ጠቅሶታል።በምሳሌው መሰረትም ጀማሪ እንጂ መፈጸም ያልቻለ፣አገልጋይ መሪ ይሆናል።

ዶ/ር መለሰ ወጉ፣አገልግሎቴን በድል እፈጽም ይሆንን?በሚለው መጽሐፋቸው፣አገልግሎት ከጅማሬው ይልቅ፣ለፍጻሜው መጠንቀቅ እንዳለብን ይመክረናል።

ሙሴንም በሁሉም አቅጣጫ ስንመለከተው፣ለወገኑና ለሕዝቡ የሚቀና፣ በአምላኩ ደፋር ሆኖ፣ፈርዖንና የፈርዖንን ጠንቋዮች ፊት ለፊት በድፍረት የሚጋፈጥ መሪ ነበር።እግዚአብሔር ለሚያዘው ነገር በትክክል መልክቱን ተቀብሎ፣ሲታዘዝ እናያለን።ለምሳሌ በሲና ተራራ እግዚአብሔርን ከማየቱ ሌላ ከእርሱ መልክቱን የሚቀበል እርሱንም የሚያነጋግር ሲሆን የተቀበለውንም መልክት በትክክል የሚያስተላልፍ መሪ ነበር፡ እግዚአብሔርንም ፊት ለፊት ሲያነጋግር፣ከሕዝብ ብዛት ቁጥር ሳይሆን፣ <አንተ ከእኛ ጋር ካልወጣህ ከዚህ አታውጣን በማለት የእግዚአብሔርን አብሮነት የሚጠይቅና ምሪቱን ተቀብሎ ሕዝቡን የሚመራ መሪ ነበር።

ሙሴ እንደቀዳሚነቱ መሪ ኃላፊነቱን ያውቃል፤

ሙሴ ስለ ተተኪ መሪ ማሰብና ማቀድ ብቻ ሳይሆን፣ለሚቀጥለው የመሪነት አገልግሎት ማን መሆን እንዳለበት ምሪትን የሚጠይቅና ምሪትንም የሚቀበል፣መሪ ነበር።

<ሙሴም እግዚአብሔር እንዲህ ብሎ ተናገረው፣የእግዚአብሔር ማህበር እረኛ እንደሌላቸው መንጋ እንዳይሆን፣በፊታቸው የሚወጣው፣በፊታቸው የሚገባውን የሚያስወጣቸውንም የሚያስገባቸውን ሰው የሥጋ ሁሉ መንፈስ አምላክ እግዚአብሔር በማህበሩ ላይ ሹመው።እግዚአብሔርም ሙሴን አለው፣መንፈስ ያለበትን የነዌን ልጅ ኢየሱስ ወስደህ እጅህን በላዩ ጫንበት።(ዘኁል 27፡15_18)

መሪ ተተኪን ለማዘጋጀት በወረቀት ከማቀድና ከማሰብ ያለፈ ጊዜንና ሕይወትን ሁሉ ማካፈልን የሚጠይቅ ኃላፊነት ነው።የሙሴ ሕይወት በኢያሱ ሕይወት ላይ ያመጣው ተጸኖ በቀላሉ የምናየው አይደለም፡ በፍጻሜ ዘመኑ ሙሴ ለኢያሱም ሆነ ለእስራኤል ሕዝብ እንደ እግዚአብሔር ያለ ማንም የለም እያለ የሚያመለክት መሪ ነበር።

ከተተኪ መሪ ጋር ጤናማ ግንኙነት መፍጠር

ሙሴ ከኢያሱ ጋር እንደ አባታዊ ግንኙነት መልካም የሆነ ግ ንኙነት የሚያድርግ መሪ እንደነበረ ሳናስተውል አንቀርም።

ዊልያም ሼክስፒየር እንዲህ በማለት ተናግሯል፣<እንደ ሐቀኝነት እውነተኛ ሌጋሲ የለም።>

ሙሴም በተተኪው በኢያሱ ሕይወት አንዱ እንዲያይ ያደረገው የነበረው ሐቀኝነትንና እውነተኝነትን ነበር።ይህም እውነተኝነት መጀመሪያ ለራስ እውነተኛ መሆን እንዲሁም ለሌሎችም እውነተኛ መሆን ለአንድ መሪ እንደትልቅ መታወቂያው መሆን ይኖርበታል።

ሙሴ፣የነበረውን አመራር ከሌሎች ጋር ለመካፈልና ለመወከል፣ልዩ ማስተዋልና ጥበብ የነበረው መሪ እንደነበረ አሳይቷል።ዘዳ 1፡9_13 ሙሴ ለብዙ ጊዜያት ሲያዘጋጀውና ሲያሰለጥነው የነበረውን ኢያሱን በሕዝቡ ፊት ጠርቶና ባርኮ አዘዘው።ሙሴም እግዚአብሔር እንዳዘዘው አደረገ፡ ኢያሱንም ወስዶ በካህኑ አልዓዛርና በማህበሩ ሁሉ ፊት አቆመው፡ እግዚአብሔርም እንደተናገረው ሙሴም እጁን በላዩ ጫነበት፣አዘዘውም፣ (ዘኍል 27፡21_23)እንደሚለው የእግዚአብሔር ቃል የአመራር ሃ፤አፊነቱን አስተላለፈ።

152 | አበራ ተሰማ

ኢያሱም እግዚአብሔርንና ሙሴን በመታዘዝ በታማኝነትም የሚያገለግል አገልጋይ ተተኪ ነበር።እግዚአብሔርንና ሙሴን በመታዘዙም እግዚአብሔርን ታምኖ የእስራኤልን ሕዝብ በመምራትና ለማሻገርም ቻለ፡ ፡የእስራኤል ሕዝብም ኢያሱን ብቻ፣እግዚአብሔር ከሙሴ ጋር እንደነበር ከአንተም ጋር ይሁን እንጂ እንታዘዝልሃለን በማለት አረጋገጡለት።

የሙሴ አመራር ያለቀና የነጠረ ለመሆኑ ሌላው የተገለጠበት አገላለጽ የነበረውን ከእግዚአብሔር የተቀበለውን ራእይ ለመፈጸም የሚችለው ሌሎችን መሪዎችንም በማካተትና አብረውት እንዲመሩ በመፍቀድ ብቻ እንደሆነ መረዳቱና ማመኑ በሥራም መተርጎም ነው።በህዝቡም መካከል የሰዎችን ችሎታና ጸጋም መለየት መቻሉ ትልቁ የአመራር ችሎታው ነበር።

ሙሴ የነበረውን የአመራር ችሎታ የገለጸበት ሌላ መንገድ መደረግ ባለባቸው አስፈላጊ ጉዳዮች ላይ ማትኮር ብቻ ሳይሆን፣በአመራር ላይ ተግዳሮቶችን በሚያመጡና ፈታኝ ጉዳዮች ልዩ ትኩረት በመስጠት የሚወስን መሪ ነበር።

<u>ሙሴ ለተተኪው የእግዚአብሔርን ድምጽ ያሳውቀው ነበር፤</u>

እግዚአብሔር ሙሴን ወደ ተራራው እንዲወጣ ሲነግረው፣ሎሌውን ወደፊት የሚተካውን ኢያሱን ይዞት ይወጣ ነበር።(ዘጸ 32፡

12_19)እንደዚሁም የእስራኤል ሕዝብ ከካህኑ ከአሮን ጋር ጥጃ ሰርተው፣ ሲያመልኩ ኢያሱ ይህ የድል ድምጽ ነው ብሎ ሲናገር፣ሙሴም ይህ ድምጽ የድል ድምጽ ሳይሆን፣የዘፈን ድምጽ ነው፣በማለት ያስተምረው ነበር።(ዘጸ 32፡15_18)የሙሴ መሪነት እንደ ኤሊ ሳሙኤልን እግዚአብሔር ሲጠራው፣ ወደ ኤሊ ሲሄድ፣እኔ አልጠራሁህም ሂድና ተኛ እንደሚለው አልነበረም፡ (1ሳሙ 3፡3_10)

ዛሬ በዚህ ዘመን ያለንስ?እንደ ሙሴ የእግዚአብሔርን ድምጽ እንዲለማመዱ፣የምናድርግ አለን?ወይስ እንደ ኤሊ የእኛን ድምጽ ብቻ እያስለመድን የምናስተኛ ሆነን ከሆነ እራሳችንን መጠየቅ ይኖርብናል።

ሙሴ በሌላ መንገድ ደግሞ የእግዚአብሔርን ድምጽ እንዲለማመድ ያደርገው ቃሉን በማስተማርና ወደ ጸሎት ተራራ እየያዘው በመውጣት እንደነበረ በቃሉ ላይ ተመልክተናል።

ኤሊን ስንመለከት ሳሙኤልን የእግዚአብሔርን ቃልና እግዚአብሔርን እንዲያውቅ አላስተማረውም ነበር።(1ሳሙ3፡7)አገልጋይ መሪ ለተከታዮቹ ጌታንና ቃሉን የማስተዋወቅ ኃላፊነት አለበት፤የእግዚአብሔር ባሪያ ሙሴ የሚተካውን ኢያሱን ከእግዚአብሔር ጋር ሲነጋገር<እግዚአብሔርም ሰው ከባልንጀራው እንደሚነጋገር ፊት ለፊት ከሙሴ ጋር ይነጋገር ነበር።ሙሴም

ወደ ሰፈሩ ይመለስ ነበር፤ነገር ግን ሎሌው ብላቴና የነዌ ልጅ ኢያሱ ከድንኳኑ አይለይም ነበር።(ዘጸ 33፡11)

እንግዲህ እዚህ ላይ መረዳትና ማስተዋል ያለብን፣እግዚአብሔር በሙሴ ያደርገውን ኢያሱ ላይ ያሳደረውን ተጽ እኖ ማየት ይቻላል።መሪ ከንግግሩ በላይ የሚታይ ነገር አለው ማለት ነው።

<u>ሙሴ ለተተኪው መቅናት እንደሌለበት አሳየው፤</u>

የእግዚአብሔር ሰው ሙሴ ወንድሙ ካህኑ አሮን፣ነብይቱ ማርያም፣በቅናት በተነሱበት ጊዜ፣እግዚአብሔር ለሙሴ ተናገረለት እንጂ፣ሙሴ በወንድሙና በእህቱ በቅናት አልተነሳም፣እንዲያውም ለእህቱ ለማርያም ማለደላትእንጅ፤(ዘኍል 12፡2_15)

እንዲሁም በሌላ ጊዜ ሙሴና ኢያሱ አብረው እያሉ፣ከድንኳኑ ውጭ በነበሩ ሁለት ሰዎች ላይ ትንቢት ሲናገሩ፣ኢያሱም፣ጌታዬ ሙሴ ሆይ፣ከልክላቸው ባለው ጊዜ ሙሴ የመለሰለት መልስ<ሰው ሁሉ ነብይ ቢሆን አንተ ትቀናልህን?>ዘኍል 11፡26_30)በማለት አገልጋይ በሌሎች ጸጋ መደሰት እንጂ መቅናት እንደሌለበት በመገሰጽ ሲያስተምረው እናያለን።በእኛ በአበሻው ክርስቲያናዊ ኅብረተሰብ ያለው አንዱ በትክክል የሚጠቀሙትን የብዙዎችን ጸጋ የሚላጭና በሌሎች መነሳት የቅናት መንፈስ በማሳየት

ማዳከም ነው።ይህንን ክፉ በሽታ ልንሸሸውና ልንቃወመው የሚገባ ነው፡ ምክንያቱም ጸጋ የሚሰጠው ለአካሉ ጥቅም እንጅ ለግለሰቦች ጥቅም ስላልሆነ፣ይህንን ተረድተን መቀባበልና መተራረም እንጅ፣መቅናት እንደሌለብን በእግዚአብሔር ባሪያ በሙሴ በኩል ትምህርት ተሰጥቶናል፡ ቅናትና ይቅር አለማለት መርዝ ጠጥቶ ሌላው እንዲሞት የመጠበቅ ያህል፣ ሞኝነት ነው።

የእግዚአብሔር ቃል ቆሬና ዳታን በሙሴና በአሮን ላይ በቅናትና በአመጽ በተነሱ ጊዜ ሁለት መቶ ሃምሳ ሰዎችን መሬት ተሰንጥቃ እንደዋጠቻቸው በቃሉ ተጽፎ እናያለን።(ዘኊል 16፡1_3)እዚህ ላይ የምናየው በቅናት መንፈስ ሌሎች ላይ መነሳት ጥፋቱና ጉዳቱ፣በእኛው ቀናተኛ በሆነው ሰዎች እንደሆነ ለትምህርታችን ተጽፏል።

5)<u>ለተተኪ ምሪትን ከእግዚአብሔር መጠየቅ</u>

ሙሴ የሚተካውን በተመለከተ ለእርሱ የሚመቸውን በራሱ ከመምረጥ ይልቅ፣አምላኩን እግዚአብሔርን በመጠየቅ ነበር የጀመረው።ዘኊል 2715_18) የሙሴ ጥያቄ የእግዚአብሔር ሃሳብ ስለነበረ፣ጥያቄውን በግልጽ ሲመልስለት እንመለከታለን።

በእዚህ ዘመን ብዙ የምንቸገረው፣እኛ የምንፈልገውን በራሳችን ምርጫና ውሳኔ ስለምናደርግ እንጂ እግዚአብሔር ዛሬም በፊቱ በጸሎት በመውደቅ ብንጠይቀው፣እንደ ሙሴ ለኛም መናገር የሚችል አምላክ ነው።እዚህ ላይ ስለሙሴ ስንመለከት በመጀመሪያ የሽግግርንና የተተኪን አስፈላጊነት ሲረዳ እናያለን።ምክንያቱም እርሱ በአመራር የማይቀጥል ከሆነ፣የእግዚአብሔር ሕዝብ እረኛ እንደሌለው መንጋ እንደሚሆን ተረድቶ ነበር።ሌላው ለሙሴ ተተኪን መምረጥ የጥቂት ጊዜ እንዳልሆነና ጊዜን የሚጠይቅ እንደሆነ የተረዳና አርቆ የሚያይ መሪ ነበር።

ኢያሱ አመራሩን ከግዚአብሔርና ሙሴ እንዲቀበልና የአመራር መተካካቱ እንዲከናወን የፈለገውና ክንውኑን ያነሳሳው እግዚአብሔር ነበር፡ ምክንያቱም እግዚአብሔር ሙሴ ወደ ከንዓን እንደማይሻገር ያውቅ ነበርና ነው።ሙሴም ኢያሱ ሕዝቡን ይዞ ዮርዳኖስን እንደሚሻገር ይነግረው ነበር፡ :

እዚህ ላይ እኛም ቆም ብለን፣ሂያጆች እንጂ ቋሚዎች እንዳልሆንን መረዳት መጀመሪያ ከእኛ የሚጠበቅ ነው።እግዚአብሔር ብቻ ነው ትውልድን እያስቀጠለ የሚኖረው፣እንጂ እኛ አይደለንም፤ለዚህ ነው መሪዎች የሆን ሁሉ ስለ ተተኪዎች ማሰብና መዘጋጀት ያለብን።

የመተካከት መርህ፣የመጽሐፍ ቅዱስ እውነት እንጂ ሰዎች ያመነጩት መልካም ሃሳብ አይደለም።አለም ዛሬ የመሪ ያለህ በማለት ጩኸት እያሰማች ነው፣በማለት ዶ/ር ማይልስ ይናገራሉ።

6)<u>የአመራርን ሽግግር ለሕዝብ ይፋ ማድረግ</u>

የአመራር ሽግግርን ለሚተካው ሰው ለማስተላለፍ በሕዝብ ፊት ይፋ ማድረግ፣ለሚመሩት ሕዝብ ደስ ብሎት እንዲታዘዝ የማድረግ ተጽእኖ አለው።

እግዚአብሔርም ለሙሴ መንፈስ ያለበትን የነዊን ልጅ ኢያሱን እጅህን ጫንበት አለው።ይህ እጅ የመጫን አገልግሎት የመጽሐፍ ቅዱስ አገልጋዮች ለአገልግሎት ሲለዩ ከብሉይ ኪዳን እስከ አዲስ ኪዳንም ይደረግ የነበረ ነው።

ሙሴም እግዚአብሔር እንዳዘዘው አድረገ፣ኢያሱንም ወስዶ በካህኑ በአልአዛርና በማህበሩ ሁሉ ፊት አቆመው።እግዚአብሔርም በሙሴ እንደተናገረ እጁን በላዩ ጫነበት፣አዘዘውም፣(ዘኁል 27፡18_23)በማለት እንደ ተገለጠ ሁሉም እያየና እየሰማ በአደባባይ ቃል በማስገባት፣ሲያዘውና በጸሎትም ሲባርከው ይታያል።ሙሴ ሕዝቡን ሰብስቦ በሁሉ ፊት ኢያሱን ሾመው።ከዚህም የተነሳ እያንዳንዱ እስራኤላዊ ኢያሱ የሚቀጥለው ተተኪ

መሪ እንዲሆን በእግዚአብሔርና በሙሴም የተመረጠ እንደሆነ በአይናቸውና በጆሮአቸውም እየሰሙ እየተመለከቱም ነበር።ምንም እንኳን ሙሴ በሕይወት እያለ፣አመራሩን እረከባለሁ፣ብሎ ኢያሱ ባያስብም እግዚአብሔር አምላክ ግን አስቀድሞ ኢያሱን ሕዝብ ሁሉ እያየ በሁሉም ፊት እጁን እንዲጭንበትና በእርሱም ላይ ከነበረው ሥልጣን ወደ ኢያሱ እንዲተላለፍ ከእዚህም የተነሳ ሕዝቡ ለኢያሱ እንዲታዘዙ ያስታውቅና ያስጠነቅቅ ዘንድ መመሪያ ሰጠው።

እንደሚታወቀው ኢያሱ ለአልፉት አርባ አመታት ለሙሴ ታማኝ ረዳቱና አገልጋዩም ነበር።ይህን በሕዝብ ፊት የተደረገውን የኢያሱን መሾም ሙሴ በመሪነት ሥልጣን ላይ እያለ በማከናወኑ በሕዝቡ አይን ኢያሱን ከፍ እንዲል አስርጎታል።የሚቀጥለው ዘመን መሪ እርሱ እንደሆነም ሕዝቡ አውቀው እንዲቀበሉትና እንዲታዘዙትም የሚያስችል ትልቅ ሥፍራ በሁሉም ላይ እንዲኖረው ያድርጋል።

7)<u>ተተኪን መባረክና ሙሉ ሥልጣን መሥጠት</u>

እኔ ጌታን የተቀበልኩትና አገልጋይም የሆንኩት በአሜሪካን ሀገር ነው፡የእዚህ ተተኪ አገልጋይን በአሜሪካ አባት አገልጋዮች ሲባርኩ አይቻለሁ፣ አልፎም ተርፎም ሲያስረክቡና ትልቁ ደስታዬ ይህንን ማየቴ ነው ሲሉ

በቦታው ነበርኩ።እኔም ይሄው እድል ደርሶኝ አገልጋዮች በሕዝብ ፊት ቤ/ክርስቲያን እንድንተክል እኔንና ባለቤቴን ባርከው ልከውናል።ይህን ተተኪን መባረክ ግን፣ በእኛ በአበሻው አካባቢ እስካሁን ያየሁትና የሰማሁት ብዙም የለም።እግዚአብሔር አሁን ለእኛ በመሪነት ላለነው ሁሉ ይህንን ጸጋና ማስተዋል እንዲሰጠን ጸሎቴ ነው።

በሙሴና በኢያሱ የሰራው እግዚአብሔር ዛሬም በእኔና በእናንተ ዘመን መሥራት የሚችል አምላክ ነው።ለሚተካውም ሰው የጀመረው ራእይ ሲቀጥል ከማየት የሚበልጥ ደስታ ያለ አይመስለኝም።

<u>የሚተካው መሪ ማድረግ ያለበት</u>

የሚተካው መሪ እራሱን በእግዚአብሔር ማበርታት ያስፈልገዋል፤(ኢያሱ 15፣1ሳሙ 30:6) ሃላፊነትን ከእግዚአብሔርና ከአገልጋይ ስንቀበል ፍርሃትና መደናገጥ ስሜት ሊመጣብን ይችላል።ነገር ግን የጠራን እግዚአብሔር ከእኛ ጋር ስለሚሆን የእግዚአብሔርን አብሮነት መታመንን መደገፍ ይኖርብናል።

እንደነበረው መሪ ለመሆን ሳይሆን እግዚአብሔር የሚጠራንን ራሳችንን እንድንሆን ነው።አንዳንድ ተተኪዎች እንደተካቸው መሪ ለምሆን ሲሞክሩ

ተጎድተዋል።እንደ ዳዊት በለመድነው በወንጭፉ መዋጋት እንጂ የሳኦልን ልብስ ለመልበስ መሞከር የለብንም።

ተተኪ አገልጋይ በራሱ ጊዜ ለመተካት መፈለግ የለበትም።የእግዚአብሔርን ጊዜ መጠበቅ ይኖርበታል።እግዚአብሔር ነገር ሁሉ በጊዜው ውብ አድርጎ፣ የሚሰራ አምላክ ነው።ለተተኪ አገልጋይ ፈተናው የእግዚአብሔር ጊዜና የእርሱ ጊዜ አለመጣጣሙ ነው።ይህም እግዚአብሔር ወደሰባላቸውና ወደ አቀደላቸው እንዳይደርሱ እንቅፋት ይሆንባቸዋል።

2)ከዳዊት ወደ ሰለሞን የተደረገው መተካካት

በመጽሐፍ ቅዱስ ውስጥ ከተጠቀሱት መሪዎች ውስጥ በመሪነት ከተሳካላቸው መሪዎች አንዱ ንጉሥ ዳዊት ነው፤ቃሉም ስለዳዊት እንዲህ ይላል፤ሳሙኤልም ሳኦልን አለው፣አምላክህ እግዚአብሔር ያዘዘህን ት እዛዝ አልጠበቅህም።ዛሬ እግዚአብሔር መንግሥትህን በእስራኤል ላይ አጽንቶልህ ነበር፤አሁን መንግሥትህ አይጸናም፣እግዚአብሔር እንደልቡ የሆነ ሰው መርጧል።እግዚአብሔር ያዘዘህን አልጠበቅህምና እግዚአብሔር በሕዝቡ ላይ አለቃ ይሆን ዘንድ፣አዘታል አለው።(1 ሳሙ 13፡13_14)

ትልቁ የዳዊት የሕይወት ሌጋሲው ለሚቀጥለው ለሰሎሞን ሕይወትና በእስራኤልም ሕዝብ ላይ ተጽ እኖው እንዲቀጥል መሆኑ ነው፤ የአንድ መሪ

የሕይወት ሌጋሲው፣ለሚኖርበት ዘመን ብቻ፣ሳይሆን ለሚቀጥለው ትውልድም ቀጣይና የሚተላለፍ መሆኑ ነው።

ንጉሥ ዳዊት ሌጋሲው ቀድሞ ብዙ ልጆች ቢኖሩትም፣የእርሱን ራእይ የሚያስቀጥል፣ማን እንደሚሆን ከእግዚአብሔር ተረድቶ ነበር።ይህም ከዳዊት ወደ ሰለሞን ለማስተላለፍ ለመተካካት በእግዚአብሔርና በዳዊት ልብ ተቀምጦ የነበረ ነው።እግዚአብሔር ለዳዊት ሲመሰክርለት፣እንደልቤ የሆነ ሰው ፍቃዴንም ሁሉ የሚያደርግልኝ፣የእሴይን ልጅ ዳዊትን አገኘሁ አለ።ዳዊትም በራሱ ዘመን የእግዚአብሔርን ሃሳብ ካገለገለ በኋላ አንቀላፋ፡ ፡(የሐዋ 13፡22 ና 36)ንጉሥ ዳዊትም፣ለአርባ ዓመታት፣የእግዚአብሔርን ሕዝብ፣ከመራ በኋላ ለተተኪው ለሰለሞን በትክክለኛው ጊዜና ሰዓት አመራሩን አስተላልፏል።ከዳዊት ወደ ሰለሞን የነበረው የአመራር ሽግግርም፣የተሳካና ውጤታማም እንደነበረ በግልጽ ታይቷል።

በንጉሥ ዳዊት እግዚአብሔር የሰጠውን መንፈሳዊ ጥርዎቹን እንመልከት፤

1) የእግዚአብሔርን ፍቃድ የሚያስቀድም ነበር፤

የንጉሥ ዳዊት አመራርና በአጠቃላይ የምድር ጉዞውን ስንመለከት፣ እግዚአብሔር እንኳን ሲመሰክርልት፣ዳዊት በራሱ ዘመን የእግዚአብሔርን አሳብ ካገለገለ በኋላ አንቀላፋ(ሥራ 13፡36)እንዲሁም ጌታ እኔ ኢየሱስ

በአብያተክርስቲያናት ዘንድ ይህንን እንዲመሰክርላችሁ፣መልአኬን ላክሁ፤ እኔ የዳዊት ሥርና ዘር ነኝ፣የሚያበራም የንጋት ኮከብ ነኝ፣(ራእይ 22፡16)

የዳዊትን የአመራር ሂደት ተተኪን ማዘጋጀት የአመራር ሽግግሩንም ይጨምራል።ንጉሥ ዳዊት የእግዚአብሔርን ቤተመቅደስ፣ለመገንባት ሲያስብ፣እግዚአብሔርም መልክተኛ በመላክ፣እድሜህ በተፈጸመና ከአባቶችህ ጋር በአንቀላፋህ ጊዜ ከወገብህ የሚወጣው ዘርህን፣ከአንተ በኋላ አስነሳለሁ፣መንግሥቱንም አጸናለሁ።(2ኛ ሳሙ 7፡12_13) በማለት ፍቃዱን አሳወቀው።ቤተመቅደሱን የሚሰራውም ተተኪው እንደሆነ ነገረው።ይህንን የእግዚአብሔርን ፈቃድ ከተረዳ በኋላ፣ለተተኪው ነገሮችን ማዘጋጀት ጀመረ።ስለዚህ እንደመሪ፣ከብዙዎች መካከል የእግዚአብሔር ፈቃድ የሆነውን ተተኪውን ለይቶ ለማወቅና በዚያ ላይ መሥራት በጣም አስፈላጊና ዋና ነገር ነበር።

ንጉሥ ዳዊት ጠላቶቹን ለጦርነት ለመውጋት የእግዚአብሔርን ፍቃድና ምሪት የሚጠይቅ መሪ ነበር።(1ሳሙ 23፡1_13) የዳዊት ዋና ጸሎቱም<እግዚአብሔርን አንዲት ነገር ለመንሁት እርሷንም እሻለሁ፡ በሕይወቴ ዘመን ሁሉ፣እግዚአብሔርን አንዲት ነገር ለመንሁት እርሷንም እሻለሁ፣በሕይወቴ ዘመን ሁሉ፣በእግዚአብሔር ቤት እኖር ዘንድ

እግዚአብሔርም ደስ የሚያሰኘውንም አይ ዘንድ መቅደሱንም እመለከት ዘንድ፤መዝ 27፡4)

2) <u>በቤተሰብ መሐከል የሚደረግ የአመራር ሽግግር፤</u>

በንጉሥ ዳዊት አመራር አንዱ አስደናቂው ነገር የእግዚአብሔር ሃሳብ ላይ የተመሰረተና የሚመራ መሆኑ ነው።ንጉሥ ዳዊት ብዙ ልጆቹ ቢኖሩትም ሥልጣን ከእግዚአብሔር እንጅ በውርስ እንደማይሆን የተረዳ ነበር፡ለዚህም ነበር ከልጆቹ መሃከል ለየት ያለ የእግዚአብሔር ሃሳብ ያለበትን ሰለሞንን እንዲህ ይለው ነበር።<አንተ ልጄ ሰለሞን ሆይ፣እግዚአብሔር ልብን ሁሉ ይምረምራልና፣የነፍስህን ሃሳብ ሁሉ ያውቃልና የአባትህን አምላክ እወቅ፣ በፍጹም ልብህና በነፍስህም ፍቃድም አምልከው፣ ብትፈልገው ታገኘዋለህ፣ ብትተወው ግን ለዘላለም፣ይጥልሃል።አሁንም እነሆ እግዚአብሔር ለመቅደስ የሚሆነውን ቤት ት ሰራ ዘንድ መጦሃልና ጠንክረህ ፈጽመው>(1ኛ ዜና 28፡9_10)

በንጉሥ ዳዊትና በሰለሞን መካከል በተደረገው፣የአመራር ሽግግር ሥልጣን ወይም መሪነት ከቤተሰብ ውርስ ባለፈ በእግዚአብሔር ፍቃድ ሲከናወን እንመለከታለን፤ማለትም የአመራሩ ሽግግር፣የተከናወነው፣ሰለሞን የንጉሥ ዳዊት ልጅ ስለሆነ ብቻ ሳይሆን እግዚአብሔር አስቀድሞ ፍቃዱን በገለጸበት

መሰረት ላይ የተመሰረተ ነበር።ዳዊትም ሲመሰክር፣<እግዚአብሔር ብዙ ልጆች ሰጥቶኛልና ከልጆቼ ሁሉ በእግዚአብሔር መንግሥት ዙፋን ላይ፣ ተቀምጦ በእስራኤል ላይ ይነግሥ ዘንድ ልጄን ሰለሞንን መጦታል፡እርሱም ልጅ ይሆነኝ ዘንድ መርጬዋለሁና እኔም አባት እሆነዋለሁና፣ልጅህ ሰለሞን ቤቴን አደባባዮቼን፣ይሰራል።(1 ዜና 28፡5_6) በማለት ይናገራል።

እዚህ ላይ ዳዊትና ሰለሞን፣እንደ እግዚአብሔር ፈቃድ የሆነ የአመራር ሽግግር እንጅ እንደም ዕራባውያን ቤ/ክርስቲያንና ሚኒስትሪ፣መሪዎች ለልጆቻቸው፣እንደሚያወርሱት፣አልነበረም።የንጉሥ ዳዊት ምንም እንኳን ብዙ ልጆች ቢኖሩትም፣ሰለሞን ግን በእግዚአብሔር ሃሳብና እቅድ ያለውን ነው የሥልጣን ሽግግር ያደረገው።

3) ራእይን ለተተኪው ማስቀጠል

ውጤታማ አመራር ከእግዚአብሔር የተቀበለውን ራእይ ከራዕዩ ባለቤት ከእግዚአብሔርና ከተተኪው ጋር ማገናኘት መቻሉ ነው።የንጉሥ ዳዊት የአመራር ስኬት ተብሎ ከሚጠቀሰው ለሚተካው እግዚአብሔር ለመረጠው ሰሎሞን ሁሉን ነገር አዘጋጅቶ ማሰተላለፉና መተካቱ ነው።

አብዛኛው የአበሻው ወንጌላውያን አ/ክርስቲያናት መሪዎች እንኳን ለተተኪ ለራሳችንም የታጠቀደና የተዘጋጀ፣ነገር የለንም፡ማለት ይቻላል።አንዱ

ትልቁና ዋናው የቀዳሚው መሪ ሃላፊነትና ሚና ከእግዚአብሔር የተቀበልነውን የቤ/ክርስቲያን ራእይና እሴቶች ለሚቀጥለው ትውልድ ማስተላለፍ የቻልና ከሆነ ነው።ንጉሥ ዳዊት ቤተመቅደሱን ከእርሱ በኋላ የሚመጣው እንጂ እርሱ እንደማይሰራ ሲነገረው አልተቆጣም፣አላዘነም እንዲያውም እግዚአብሔርን እስከዛሬ አሰብክልኝ በማለት በትህትና አመሰገነው።ይህም ለሚተካው ለልጁ ለሰለሞን ዝግጅቱን ቀጠለ እንጂ።

ንጉሥ ዳዊት የሚተካው ልጁ ሰለሞን ለሚሰራው የእግዚአብሔር ሥራ አስፈላጊውን ማዘጋጀትና ማቅረብ ሃላፊንቱን ሲያስረክበው እናያለን፡ንጉሥ ዳዊት የተረዳው ነገር ቢኖር መሪነት የሚቀጥል ሃላፊነት እንደሆነ ነው።

3)ከኤልያስ ወደ ኤልሳዕ የተደረገው ሽግግር

በመጽሐፍ ቅዱሳችን ተጽዕኖ ከአመጡት ነቢያት ውስጥ አንዱ ነብዩ ኤልያስ እንደሆነ እናነባለን።ይህ ኤልያስ በብሉይ ኪዳን ብቻ ሳይሆን በአዲስ ኪዳን ከተጠቀሱት አንዱ ነው።ጌታችን ኢየሱስ ክርስቶስ፣ሦስቱን ደቀመዛሙርት ይዞ ወደ መገለጥ ተራራ ሲወጡ በተራራው የተገለጡት ሙሴና ኤልያስ ነበሩ(ማቴ 17፡3_5)

ከጌታችን ከኢየሱስ ክርስቶስም በፊት መንገድ ለመጥረግ የመጣው የመጥምቁ ዮሐንስ አገልግሎት በኤልያስ መንፈስ ይመጣል የተባለለት ነበር።ስለዚህም ኤልያስ በብሉይ ኪዳንም ሆነ በአዲስ ኪዳን የታወቀና እየተጠቀሰም የተነገረለት ውጤታማ ነብይ ነበር።

ኤልያስ ይህም ብቻ ሳይሆን፣አገልግሎቱን ለነብዩ ኤልሳም የአመራር ሽግግር በማድረግም በኩል ውጤታማ እንደነበረ እናነባለን።

1)የአመራር ሽግግር አስፈላጊነት

ኤልያስ የባዓልን ነብያት ካሳረደ በኋላ በኤልዛቤል ዛቻና ማስፈራራት ነፍሱን ለማዳን ሲሸሽ ይታያል።በእዚያም ተስፋ በመቁረጥ በነበረበት ጊዜ እግዚአብሔርን እንዲወስደው የጠየቀበት ጊዜ ነበር(1ኛ ነገሥት 19፡4)።

ኤልያስም በሕይወቱ የተሸነፈና ተስፋ የቆረጠ በመሰለበት ወቅት፣እንደነበረ እናሳታውሳለን።እግዚአብሔር ኤልያስን ገና እሩቅ መንገድ ትሄዳለህና ተዘጋጅ አለው።ጌታም ይህን ጉዞ የሚተካ መሪን የማዘጋጀት ሃላፊነትን ሲያመለክተው ነበር።<እግዚአብሔርም አለው፣ሂድ በመጣህበት መንገድ በምድረ በዳ ወደ ደማስቆ ተመለስ፣ከዚያም በደርስህ ጊዜ በሶርያ ላይ ንጉሥ ይሆን ዘንድ አዛሄልን ቅባው፣እንደ እግዚአብሔርም ቃል በእስራኤል ላይ ንጉሥ ይሆን ዘንድ የናሚስን ልጅ ኢዩን ቅባው፣በፈንታህም ነቢይ

ይሆን ዘንድ የአቢልምሆን ሰው የሳፋጥን ልጅ ኤልሳእን ቅባው(1ንገሥት 19፡15_16)የሚል ትዕዛዝ ነበር የሰጠው።እግዚአብሔር መሪዎችን ከመጠራታቸው ወይም ከመሰብሰባቸው በፊት ተተኪን እንዲያዘጋጁ፣ ይፈልጋል፡በኤልያስም ጌታ እግዚአብሔር የሚያስተምረንም ይኸው ለእኛ እንደመመሪያ የሚሆን ነው።

2)<u>እስከመጨረሻው የመከተል ምስጢር</u>

ለአመራር ሽግግር ለማድረግ ስንዘጋጅ የተረካቢዎች በትዕግሥት ጸንቶ መጠበቅ የተተኪዎች ትልቁ ፈተና፣በትግሥት በመጽናት መጠበቅ የመቻል ጉዳይ ነው።በኤልያስና በኤልሳዕ በተደረገው የአመራር ሽግግር የሚያስደንቀው ኤልያስ ኤልሳዕን ሦስት ጊዜ የሚፈትን ጥያቄ ሲያቀርብለት ኤልሳዕም እኔ ከአንተ አልለይም፣በማለት ቁርጥ ያለ መልስ ሲመልስለት እንመለከታለን።<እንዲህም ሆነ፣እግዚአብሔር ኤልያስን በአውሎ ነፋስ ወደ ሰማይ ሊያወጣው በወደደ ጊዜ ኤልያስ ከኤልሳዕ ጋር ከጌልጌላ ተነሳ፤ ኤልያስም ኤልሳዕን እግዚአብሔር ወደ ቤተል ልኮኛልና በዚሁ ቆይ አለው፡ ኤልሳዕም ሕያው እግዚአብሔርን በሕያው ነፍስህም እምላለሁ፣አልለየህም አለው።ወደ ቤተልም ወረዱ።በቤቴልም የነበሩት የነብያት ልጆች ወደ ኤልሳዕ ወጥተው፣እግዚአብሔር ጌታህን ከራስህ ላይ ዛሬ እንዲወስደው አውቀሃልን?አሉት።እርሱም አውቄአለሁ ዝም በሉ አላቸው።ኤልያስም

ኤልሳዕ ሆይ፣እግዚአብሔር ወደ ኢያሪኮ ልኮኛልና እባክህ በእዚህ ቆይ አለው። እርሱም ሕያው እግዚአብሔርን በሕያው ነፍስህ እምላለሁ አልለይህም አለው።ሁለቱም ሄዱ።(2ነገሥት 2፡1_6)

ኤልያስና ኤልሳዕም ሁለቱም አብርው ሲሄዱ እግዚአብሔር ኤልያስን በአውሎ ነፋስ ሲነጥቀው ኤልሳዕ አባቴ ሆይ፣ሲል የኤልያስ መጎናጸፊያ በኤልሳዕ ላይ ወደቀበት።(2ነገሥ 2፡11_15)የሚያስገርምና ውጤታማ የሆነ የአመራር ሽግግር እንደነበረ ያስተምረናል።

♣♣♣♣♣♣♣♣♣♣♣♣

ክፍል 5

ማጠቃለያ

<u>በአዲስ ኪዳን የአመራር ሽግግር ያደርጉ ምሳሌዎች</u>

እግዚአብሔር አምላክ፣እርሱ የዘመን ቁጥር የማይዘው አምላክ በየዘመናቱ በየትውልዱ፣ከሚያስነሳቸው መሪዎች ከብሉይ ኪዳን ሦስት መልካም የመሪነት ሽግግር ያደረጉትን ወስደን እንደተመለከትነው አሁን ደግሞ ከአዲስ ኪዳን ሦስት ውጤታማ የአመራር ሽግግር ያድረጉትን ለትምህርት በአጭር በአጭሩ እያነሳን እንመለከታለን፡፡ምክኛቱም የእግዚአብሔርን ሃሳብ አገልግልግለው፣ለሚቀጥለው ትውልድም ሃላፊነታቸውን በተሳካ ሁኔታ ያስተላለፉ መሪዎችን እናገኛለን፡፡ከእነርሱም ውስጥ ጥቂቶቹን ወስደን እንመለከታለን፡፡

1)ከመጥምቁ ዮሐንስ ወደ ኢየሱስ የአመራር ሽግግር

ስለ መጥምቁ ዮሐንስ ከመወለዱም በፊት በነቢያት የተነገረለት እንዲሁም በመላኩ ገብርኤልም እንዴት እንደሚወለድና በኤልያስ መንፈስ እንደሚመጣም ተመስክርሎት ነበር፡ጌታችን ኢየሱስ ክርስቶስም ከሴቶች ከተወለዱት እንደመጥምቁ ዮሐንስ የተነሳ የለም በማለት መስክሮለታል፡ አገልግሎቱን በንስሐና በእግዚአብሔር ፍርድ በመናገር የጀመረ የጌታን

መንገድ የሚጠርግም ነበር።(ኢሣ 40፡3_5፣ሚል 4፡5_6፣ማቴ 11፡11፣ሉቃ 1፡8_17)መጥምቁ ዮሐንስ የብሉይ ኪዳን መጨረሻ የአዲስ ኪዳን መጀመሪያ እግዚአብሔር ያስነሳው ትልቅ ትሁት መሪ እግዚአብሔርን እንጂ ማንንም የማይፈራ ለተጠራበት የመሪነት አገልግሎት በታማኝነትና በቆራጥነት ያገለገለ የእግዚአብሔር ሰው ነበር።

መጥምቁ ዮሐንስ በአገልግሎቱም የብዙዎችን ልብ ወደ እግዚአብሔር የመለሰ ታማኝ ባሪያ ነበር።አገልግሎቱንም እያከናወነ ባለበት ሁኔታ የሚተካውን ተመልክቶ እነሆ የዓለምን ኃጢያት የሚያስወግድ የእግዚአብሔር በግ፤አንድ ሰው ከእኔ በኋላ ይመጣል፣ከእኔም በፊት ነበርና ከእኔ ይልቅ የከበረ ሆኖአል፣ብዬ ስለእርሱ ያልሁት ይህ ነው።(ዮሐ 129_30)

1)<u>የተከታዮችን እይታ ወደ ተተኪው ማመልከት</u>

ስለ መተካካት ከጻፉት መሪዎች አንዱ የሚያደንቁት የመጥምቁ ዮሐንስ በመተካካት ያደርጋቸውንና የወሰዳቸውን መመሪያዎች የቤ/ክርስቲያን መሪዎች ሁሉ ይህ መርዳትና እውቀት ተረድተው ቢያደርጉት በአ/ክርስቲያናት ያለው የመሪነት አካሄድ አለምን በሙሉ ተግዳሮት ማድረግ በተቻለ ነበር፣በማየት በጽሁፋቸው አስፍረዋል።መጥምቁ ዮሐንስ

የእውቅና መስጠት ብቻ ሳይሆን የተከታዮቹን ትኩረት ሁሉ ወደ ተተኪው ማድረግ ችሏል።

<በነገው ደግሞ ዮሐንስ ከደቀመዛሙርቱም ሁሉት እነሆ የእግዚአብሔር በግ አለ።ሁለቱም ደቀመዛሙርት ሲናገር ሰምተው ኢየሱስን ተከተሉት፡ (ዮሐን 1፡35_37)አገልግሎትና አመራር የሚተላለፍና የሚሻገር ነው፣ የሚለው መርህ እውን የሚሆነው ሁላችንም ለአንድ ለእግዚአብሔር መንግሥት አላማ እንደ ሆነ ተረድተን ማድረግ ስንችል ብቻ ነው፡ እግዚአብሔር በእያንዳንዱ በተሰጠው ሁሉ መጠየቅ የማይቀር፣ነውና፡ በተሰጠን ሃላፊነት እንደሚገባ በጊዜያችንና በዘመናት ሰርተን ለሚቀጥለው ተረካቢ ማስተላለፍ ለሥራው አስፈላጊ የሆነውን ትኩረት ለተተኪው መሪ በማስረከብ የእግዚአብሔርን ፍቃድ መፈጸም ይኖርባቸዋል።ምን ጊዜም መሪዎች እድሜ ልኮ ነዋሪዎች አይደሉም፣የሚሄዱ እንጂ፤ስለዚህ መሪዎች ከመሄዳቸው በሕይወት እያሉ የሚተካውን ማስተዋወቅና በታ መስጠት በጣም ጠቃሚ ነው።

2)<u>በተተኪው ላይ ደስታን መግለጽ</u>

ጌታችንና መድሃኒታችን ኢየሱስ ክርስቶስ ስለ ደቀመዛሙርቱ እንዲህ አላቸው፤<እውነት እውነት እላችኋል በእኔ የሚያምን እኔ የማደርገውን ሥራ እርሱ ደግሞ ያደርጋል፣ከእዚህም የሚበልጥ ያደርጋል።(ዮሐን 14፡12)

እኔ መሪነትን የማስተላልፍለት ተተኪ የተጀመረውን ራእይ ይበልጥ ይሰራል፤<ከፊተኛው ይልቅ የእዚህ የሁለተኛው ቤት ክብር ይበልጣል>ሐጌ 2፡9፣አንድ መሪ ምንም እንኳን ታላቅ ስኬት ያስመዘገበው ቢሆንም ከእርሱ በኋላ በሚመጣው የተሻለና የበለጠ እንደሚሰራ አብሮን የሰራውን እግዚአብሔር አምላካችንን መታመን ይኖርበናል።

እግዚአብሔር ቤት በመንግሥቱ ሥራ ላይ በሚተኩትና አብረው በሚያገለግሉት መቀናናትና መፎካከር ብዙ ጊዜ ይታያል።ይህም አይነት የመልካም መሪዎች ባህሪ እንዳልሆነ ማወቅና መርዳት ይኖርብናል።

መጥምቁ ዮሐንስ ከእርሱ በኋላ የመጣውን ኢየሱስን ሲያይ፣በደስታና በእርካታ ሲሞላና እራሱን እንደ እድለኛ ሲቆጥር እንመለከታለን።ይህ ለሁላችን ትምህርት ሊሆን ይገባል እላለሁ።

2)<u>ከኢየሱስ ወደ ሐዋርያቱ የተደረገ የአመራር ሽግግር</u>

ስለጌታችን መድኃኒታችን ኢየሱስ ክርስቶስ አመራር ምሳሌነት እንኳንስ በሃይማኖት መሪዎች ይቅርና በፖለቲካውና በፍልስፍናው አለምም ያሉት በሕይወትና በአመራር እስከአሁን እንደ ኢየሱስ ተጽእኖ ያመጣ የለም ይላሉ።ከአለም አምስተኛ የሚባለው ፈላስፋ ደራሲ ራሽያዊው ????? እንዲህ በማለት ይናገራል፤<የብዙ መሪዎች አመራርና ሕይወት ተመልክቻለሁ፣ከመወለዱ እስከ ሞቱ ምንም አይነት ባይሎውስ ሳይሰራ በሕይወቱና በመሪነቱ ያለፈ እስከአሁንም እስከአሁንም ተጽ እኖ ያሳደረ መሪ አልተነሳም> በማለት ተናግሯል።

የጌታችን ኢየሱስ ክርስቶስ አመራር ሕይወት ማህተም ጋንዲ ሲናገር ባለጠጋ ድሃ ሳይል ሁሉንም በሰውነቱ ያየና ያገለገለ የሚወደድ እንደ ኢየሱስ ያለ መሪ አላየሁም፤በማለት ተናግሯል።እንግዲህ እዚህ ላይ ምንም አገልግሎትም ሆነ አመራር ፍጹም ሥራን ሰርቶ ሞዴል የሆነልንና፣ያሳየን የእምነታችን ሆነ የአመራራችን ምሳሌ የጌታችን የመድኃኒታችን ኢየሱስ ክርስቶስ ያህል ውጤታማ የአመራር ሽግግር ማቀድና ማዘጋጀት አስፈላጊነትን እንደ ጌታችንና መድሃኒታችን ኢየሱስ ክርስቶስ የመሰለ ሞዴል የለም።እርሱም አገልግሎት ሲጀምር አብሮ ተኪዎችን ማዘጋጀትን ጎን ለጎን የጀመረ መሪ ነው።

1)<u>መሪዎችን ለመሪነት ማዘጋጀት</u>

በጌታችን በኢየሱስ ክርስቶስ አገልግሎት ቅድሚያና ትኩረት ሰጥቶት ይሰራበት የነበረው፣መሪዎች ተኪዎችን በማዘጋጀት ዙሪያ ነበር።ተተኪ መሪዎችን ወደ አገልጋይ መሪነት እንዲሆኑ በቀንና በሌሊትም በሕይወት ቃል በምሳሌነት ሕይወቱን እያካፈለ ያስተምርና ያሳድጋቸው ነበር፡የጌታችን ኢየሱስ ክርስቶስ ለተተኪ መሪዎችም ያንን እድል በመጠቀምና ሌሎችን በማገልገል፣ወደ አገልጋይነትና መሪነት እንደሚያደርሳቸው፣ እንዲያገለግሉ በመላክ ያሳያቸው ነበር።

እኛ በእዚህ ዘመን ያለን እንደ መሪ የኢየሱስን የአገልጋይ መሪነት ባህሪ ማጥናት እጅግ በጣም አስፈላጊና ጠቃሚም መርህ ይሆንልናል።ጌታችን መድሃኒታችን ኢየሱስ ክርስቶስ የእግዚአብሔርን የመንግሥቱን አላማ በማገልገል የአገልጋይ መሪነት ምን ማለት እንደሆነ ምሳሌነትን ትቶልናል፡

2)አገልግሎትን በትህትና ማገልገል

ጌታችን ኢየሱስ ክርስቶስ ለሚከተሉት እንዲህ አላቸው<እናንተ ደካሞች ሸክማችሁ የከበደ ሁሉ ወደ እኔ ኑ እኔም አሳርፋችኋለሁ፤ቀንበሬን በላያችሁ ተሸከሙ፣ከእኔም ተማሩ፣እኔ የዋህ በልቤም ትሁት ነኝና ለነፍሳችሁ እረፍት ታገኛላችሁ>ማቴ 11፡28_29

<እኔ ለእንናተ እንዳደረግሁ እናንተ ደግሞ ታድርጉ ዘንድ ምሳሌ ሰጥቻችኋለሁና።እውነት እውነት እላችኋለሁ ባሪያ ከጌታው አይበልጥም፤ መልክተኛም ከላከው አይበልጥምና።ይህን ብታውቁ ብታደርጉትም ብጹአን ናችሁ።(ዮሐ 13፡15_17) በመጽሐፍ ቅዱሳችን ውስጥ በእውነት አላማውን ፈጽመው ያለፉት ሁሉ ትህትናና ቅንነት በሕይወታቸው የታየባቸው ነበሩ።ይህም እግዚአብሔር በመሪዎች ሕይወት የሚፈልገው ሊያየውና ሊመለከተውም የሚፈልገው የአገልጋይ መሪ ባህሪ እንደሆነ ማየት ይቻላል።

የእግዚአብሔር የአምላካችን ቃል ስለጌታችንና መድኃኒታችን ኢየሱስ ክርስቶስ ሲናገር <ለወገኔ ይጠቅማል በማለት ወይም በከንቱ ውዳሴ ምክንያት አንድ እንኳ አታድርጉ፥ ነገር ግን እያንዳንዱ ባልንጀራው ከራሱ ይልቅ እንዲሻል በትሕትና ይቍጠር፤ እያንዳንዱ ለራሱ የሚጠቅመውን አይመልከት፥ ለባልንጀራው ደግሞ እንጂ። በክርስቶስ ኢየሱስ የነበረ ይህ አሳብ በእናንተ ዘንድ ደግሞ ይሁን። እርሱ በእግዚአብሔር መልክ ሲኖር ሳለ ከእግዚአብሔር ጋር መተካከልን መቀማት እንደሚገባ ነገር አልቈጠረውም፥ ነገር ግን የባሪያን መልክ ይዞ በሰውም ምሳሌ ሆኖ ራሱን ባዶ አደረገ፥ በምስሉም እንደ ሰው ተገኝቶ ራሱን አዋረደ፥ ለሞትም ይኸውም የመስቀል ሞት እንኳ የታዘዘ ሆነ። >ፊል 2፡3_8

ስለዚህ ጌታችን ኢየሱስ ክርስቶስ ሊተካቸው ያሉትን መሪዎች ትህትናና ፍቅር መሠዋእትነት እንደሚጠይቅም እያስተማራቸው ነበር፡ የምንተካቸውን መሪዎች ድል ድላችንን ብቻ ሳይሆን፣እንደ ጌታችን ኢየሱስ ክርስቶስ በመገለጥ ተራራ ክብሩን በመስቀል ሲወስድ ውርድቱን ሊተኩት ላሉት ተተኪ መሪዎች ሁለቱንም አልደበቃቸውም፡፡

3)<u>ተተኪዎች መሾምና ማስረከብ</u>

የጌታችን የኢየሱስ ክርስቶስ የአመራር መተካካት አንዱና ብዙዎችን ከሚያስደንቀው በቂ ጊዜን ወስዶ ያዘጋጃቸውን እንዲህ እያከ ይነግራቸው ነበር፡፡እኔ እሄዳለሁ እናንተ ከእኔ በላይ ትሰራላችሁ፣እያለ ይነግራቸው ነበር፡ ፡ጌታችን ኢየሱስ የሚተካቸውን እንዴት ተተኪን ማሳደግ እንዴት መምረጥ እንዳለባቸው ያሳያቸውና ያስተምራቸው ነበር፡፡

1)መጀመሪያ ደቀመዝሙር ማድረግን(ማቴ 4፡18_22)

2)እንዴት ማገልገል እንዳለባቸው(ማቴ 20፡25_28)

3)እንዴት ጸልየው መምረጥ እንዳለባቸው(ሉቃ 6፡12_13)

4)እንዴት በትህትና ማገልገል እንዳለባቸው(ዮሐ 13፡1_21)

5)እንዴት ሃላፊነት መስጠት እንዳለባቸው(ዮሐ 21፡15_17)

6)መልክታቸው ምን መሆን እንዳለበት(ማቴ10፡7፤ሉቃ9፡2)

7)እንዴት መጸለይ እንዳለባቸው(ማቴ 6፡9_10)

8)ምን መፈለግ ወይም መሻት እንዳለባቸው(ማቴ 6፡33)

9)እንዴት መከተል እንዳለባቸው(ዮሐ 12፡26)

10) ምን መጠበቅ እንዳለባቸው(ዮሐ 14፡2_3)

ጌታችን ኢየሱስ ክርስቶስ የአመራር ሽግግርን ወደ ሐዋርያቱ ባደረገ ጊዜ የእርሱንና የመንፈስ ቅዱስንም አብሮነት እንደሚሆንላቸው የሚያጽናና የሚያበረታም እንደሆነ ይመክራቸው ነበር።እንዳይፈሩም አይዟችሁ መከራ ቢኖርም እኔ አለምን አሸንፌዋለሁ ይላቸው ነበር።

ጌታችን ኢየሱስ ክርስቶስ ለተተኪዎች አገልግሎቱ እንዲወጡ ሲሾማቸውና ሲልካቸው፣ይህንን ጸሎት ነበር የጸለየላቸው፤< በእውነትህ ቀድሳቸው፤ ቃልህ እውነት ነው። ወደ ዓለም እንደ ላክኸኝ እንዲሁ እኔ ወደ ዓለም ላክኋቸው፤ እነርሱም ደግሞ በእውነት የተቀደሱ እንዲሆኑ እኔ ራሴን ስለ

እነርሱ እቀድሳለሁ። ሁሉም አንድ ይሆኑ ዘንድ፥ ከቃላቸው የተነሣ በእኔ ስለሚያምኑ ደግሞ እንጂ ስለ እነዚህ ብቻ አልለምንም፤ አንተ እንደ ላክኸኝ ዓለም ያምን ዘንድ፥ አንተ፥ አባት ሆይ፥ በእኔ እንዳለህ እኔም በአንተ፥ እነርሱ ደግሞ በእኛ አንድ ይሆኑ ዘንድ እለምናለሁ።>(ዮሐ 17፡17_22)

ጌታችን ኢየሱስ ክርስቶስ እርሱም እርሱም በአብ እንደተላከ፣እርሱም እንደዚሁ በመሾም በጸሎት ይህን ቅዱስ ወንጌል አደራን አምኖ በእጃቸው ላከው።እግዚአብሔር እኛን ለመሪነት ሃላፊነት እንበቃንና ታማኝም አድርጎ እንደቆጠረን እኛም ከእኛ በኋላ የሚተኩትን እንድናምናቸውና እንድንተውላቸው ያስፈልጋል።

3)<u>ከጳውሎስ ወደ ጢሞቴዎስ የአመራር ሽግግር</u>

ሐዋርያው ጳውሎስ ብዙ አገልጋዮችን ያሳደገና ሃላፊነትን የሰጠ ቢሆንም ከእነዚህ ውስጥ ልጄ የሚለውን ጢሞቴዎስን ብቻ ወስደን እንመለከታለን። የአመራር ቅርስ(Legacy) ሲባል መቼም ለሁሉም ምሳሌያችን ጌታችን ኢየሱስ ክርስቶስ ነው።ሐዋርያው ጳውሎስም በመንፈስ ቅዱስ አብሮነት የጌታውን ፈለግ በመሪነቱ የተከተለ የእግዚአብሔር ባሪያ ነበር።እርሱም ሲናገር እንደሚከተሉት ጥቅሶች እንመለከታለን።

♣ አገልግሎቴን አከብራለሁ(ሮሜ 11፡14)

ኢየሱስም እኔ ላደርገው የሰጠኸኝን ሥራ ፈጽሜ በምድር አከበርሁህ፤(ዮሐ 17፡14)

ለአገልግሎት ሾሞኝ ታማኝ አድርጎ ስለቆጠረኝ ኃይል የሰጠኝን ክርስቶስ ኢየሱስን ጌታችንን አመሰግናለሁ፤(1ጢሞ 1፡12)

ያመንሁትን አውቃለሁና የሰጠሁትንም አደራ እስከዚያ ቀን ድረስ ሊጠብቅ እንዲችል ተረድቻለሁ።(2ጢሞ 1፡12)

መልካሙን ገድል ተጋድያለሁ፣ሩጫዋን ጨርሻለሁ፤ ሃይማኖቴን ጠብቄአለሁ፤(2ጢሞ 4፡6_8)

እንደርሱ ያለ ለኑሮአችሁ በቅንነት የሚጨነቅ ማንም የለኝምና፤(ፊሊ 220)

ሐዋርያው ጳውሎስ ስለ ጢሞቴዎስ<እንግዲህ፥ ልጄ ሆይ፥ አንተ በክርስቶስ ኢየሱስ ባለው ጸጋ በርታ። ብዙ ሰዎች የመሰከሩለትን ከእኔም የሰማኸውን ሌሎችን ደግሞ ሊያስተምሩ ለሚችሉ ለታመኑ ሰዎች አደራ ስጥ።>2ጢሞ 2፡1_2

ሐዋርያው ጳውሎስ ለጢሞቲዎስ የአገልግሎትንና የአመራርን ሃላፊነት በሚመለከት በማያሻማና ግልጽ የሆነ መመሪያን ሰጥቶታል፡፡<ጢሞቴዎስ ልጄ ሆይ፥ አስቀድሞ ስለ አንተ እንደ ተነገረው ትንቢት፥ በእርሱ መልካም ጦርነት ትዋጋ ዘንድ ይህችን ትእዛዝ አደራ እሰጥሃለሁ፤>1ኛ ጢሞ 1፡18

1)<u>ተተኪን ስለመምረጥ</u>

በጌታችን በኢየሱስ ክርስቶስ አገልግሎት እንደተመለከተው አገልጋይ አድርገን ከመሾም በፊት ተከታይ ደቀመዝሙር ማድረግና ማሳደግ መኮትኮት ያስፈልጋል፡፡ሐዋርያው ጳውሎስም ከጌታው የተማረውን ነበር የሚያደርገው፣እንጂ የማንም አሰራር ኮፒ በማድረግ አያገለግልም ነበር፡ ለዚህም ውጤታማ ተተኪን ለማዘጋጀት የመጀመሪያው ተተኪን መምረጥና ደቀመዝሙር ማድረግ ነው፡፡ ጳውሎስ ወደ ድርቤን ሲደርስ ያገኘው ወጣቱን ጢሞቲዎስን ነበር፡፡(ሥራ 16፡1)

አንድ አገልጋይ፣አገልጋይ ከመሆኑ በፊት የኢየሱስ ክርስቶስ ደቀመዝሙር መሆን ይኖርበታል፡፡ሐዋርያው ጳውሎስም ጢሞቲዎስን ይዞ በመሄድ ደቀመዝሙር ነበር ያደረገው፡፡ይህም ለመተካካት የአገልግሎት ሽግግር ከመደረጉ በፊት የሚደረግ የአመታት ዝግጅት እንጅ በአንድ ቀንና ሳምንት የሚደረግ አይደለም፡፡

2)<u>ተተኪን ማሳደግ ሃላፊነት</u>

ሐዋርያው ጳውሎስ ወንጌልን መስበክ ብቻ አልነበረም በመጋደልም ወንጌል የሰበከላቸውን የሚያሳድጉ አገልጋዮችንም በማሳደግ የሚደክም ብርቱ አገልጋይ ነው።ሐዋርያው ሕይወቱንና ኑሮውን እያሳየ የሚያሳድግ እውነተኛ አገልጋይ ነው።<ከእኔ የተማራችሁትንና የተቀበላችሁትን የሰማችሁትንም ያያችሁትንም እነዚህን አድርጉ፤ የሰላምም አምላክ ከእናንተ ጋር ይሆናል።>ፊል 4:9) እኔ ክርስቶስን እንደምመስል እኔን ምሰሉ።1ቆሮ 11፡1 እያለ የሚያስከትልና የሚያሳድግ መሪ ነው።

እኛ በአሁኑ ዘመን የአለን መሪዎች በብዙ ነገር እራሳችንን ወጥረን ስለያዝን ደቀመዝሙር የማድረግና ከጌታ ጋር ጊዜ የማሳለፊያ ሰዓት ስለማይኖረን የወደፊት ተተኪዎችን የማሳደግ ትኩረት የለንም።ይህም በአመራርና በሕይወት ደካሞች እንድንሆን ያደርገናል።

ሐዋርያው ጳውሎስ ለጢሞቲዎስ<ከእኔ የሰማኸውን ጤናማ ቃል ጠብቅ ይለዋል።እንዲሁም ማደግህ በነገር ሁሉ እንዲገለጥ ይህን አስብ፥ ይህንም አዘውትር። ለራስህና ለትምህርትህ ተጠንቀቅ፥ በእነዚህም ጽና፤ ይህን ብታደርግ፥ ራስህንም የሚሰሙህንም ታድናለህና።1ጢሞ 4፡15_16)

ሐዋርያው የሚቀበለው የአገልግሎት ሃላፊነት የሚያስጠይቅ እንደሆነ ለጢሞቴዎስ እንዲህ ይለዋል፤< በእግዚአብሔር ፊት በሕያዋንና በሙታንም ሊፈርድ ባለው በጌታ በኢየሱስ ክርስቶስ ፊት፥ በመገለጡና በመንግሥቱም እመክርሃለሁ፤ ቃሉን ስበክ፥ በጊዜውም አለጊዜውም ጽና፥ ፈጽመህ እየታገሥህና እያስተማርህ፥ ዝለፍና ገሥጽ ምከርም። > 2ጢሞ 41_2 እዚህ ላይ ሐዋርያው ጢሞቴዎስ ሊቀበለው ያለውን ሃላፊነት በሚገባ እንዲረዳውና የሚያስከፍለውን ዋጋም ለመክፈል እንዲዘጋጅ ሲመክረውና ሲያበረታታውም በእግዚአብሔር ቃል ተመልክተናል፤ይህም አስፈላጊነቱን ያስረዳናል።

♣♣♣♣♣♣♣♣♣♣♣♣♣

ዋቢ መጻሕፍት (Refernces)

Anderson, Neil. 2017. *The Steps to Freedom in Chri* House Publishers, USA.

Barine, Kirimi. 2020. *ስኬታማ አመራር፡፡* SIM Publications, AddisAbaba/Ethiopia

Barnett, George.2015. *Know your capabilities.*The Clear Lak Group Publishing, USA.

Clifton, Clint. 2015. *Church Planting Thresholds.*Lulu Publishers Services, USA.

Conner, Kevin J.1982. *The Church in the New Testament.*CityChristian Publishing, USA.

Henry, Cloud. 1993. *Changes That Heal.* Zondervan Publishers.

Coleman, Robert E. 1928. *The Master Plan of Evangelism.* Fleming H. Revel Compnay, USA.

Hunters, James C. 2004. *The World's Most Powerful Leadership Principles.*WaterBrook Publishers, USA.

Kreider, Larry. 2010. *21 Tests of Effective Leadership.*DestinImage Publishers, USA.

Maxwell, John C. 1993. *Developing The Leaders Within you.*T.Nelson Publishers, USA.

- ------------------1995. *Developing The Leaders Around You.* T. Nelson Publishers, USA.

- ------------------2018. 21 Laws of Leadership in the Bible. T.Nelson Publishers, USA.

Munroe, Myles. 2018. *Principles and Power of*Whitetaker House, 1030 Hunt Valley Circle,Kensington, PA 15068.

Mullins, Tom 2015. Passing The Leadership Baton. Nat Library of Australia, TROVE Partners, Australia.

Sanders, John O. 1989. *Spiritual Leadership.* Moody PressChicago, USA.

Walsh, Neale D. 2019. Conversations with God. Hodder and Stoughton/Watkins Publishing, USA.

Wilson, Todd A. with Mancini, Will.2019. *Dream Big PlanSmart.* Exponential Publisher.

Yoder, Keith E. 1999. *Healthy Leaders: How to Develop a Clear Sense of Identity.* House to House Publishers, USA.

ዶር ዓለሙ ቢፍቱ። 2019።*ውጤታማ የአመራር ሂደት።* SIM Books, Addis Ababa/Ethiopia.

----------------። 1992። *አገልግሎትና የጽድቅ አክሊል።* Dalla, USA.

ዶር አሳየኸኝ በርሄ። *የአመራር ሌጋሲ።*

ዶር አሰፋ ዓለሙ። *አልጠፋ ያለ እሳት።*

ዶር አሰፋ ጉግሣ። *ለውጠታዊ አመራር።*

ዶር መለሰ ወጉ። *እሩጫውን በድል እጨርሰው ይሆን?*

----------------። *ከአስቸጋሪ ሰዎች ጋር እንዴት መኖር ይቻላል?*

ዶር ተስፋዬ ያዕቆብ።2009።*መሪነት ክርስቲያናዊ መርሕና ምግባር።*

ዶር ይርዳው ተሰማ።*ውጤታማ የአመራር ሽግግር።*

ወንጌላዊ ጸጋአብ በቀለ። *የኢትዮጵያ ቤተ ክርስቲያን ተሐድሶ።*

www.ingramcontent.com/pod-product-compliance
Lightning Source LLC
Chambersburg PA
CBHW022058120526
44580CB00012B/1
9798989525522